D9900517

Apô-Apô
(Zarzuela)
at
Kung Sinong Apô-Apô
(Kasaysayan)

CONTENTS

"APÔ-APÔ" (ZARZUELA)

KUNG SINONG "APÔ-APÔ" KASAYSAYAN

"APÔ-APÔ"

MGA TAO SA OBRA.—MGA ARTISTA.

Soledad	G. Máxima Gonzales.
María	`Bb. Petrona Polintan.
Ludovico	G. P. S. Lopez.
Tio Agong	F. P. Ballecer.
Bakokoy	Juan Bernabe.
Tio Pedro	E. Peña.
Totong	F. Peña.

KAPISANAN NG PANDAY.

TANGING BAHAGI

* * * * *

Pagbubukas nğ tabing mamamasid ang isang taller nğ pandayan si Ludovico at mğa panday.

ESCENA I.

MUSICA No. 1.

Coros.—Itong ating kabuhayan
  ang mag panday gabi't araw
  siyang tanğing kabuhayan
  nğ kapatid at magulang.

Ludovico.—Kapalara'y sinakbibi
  kabuhayay kinandili at guinhawa'y humalili,
  palad nğ aning tantong apí.

Coro.—Bawat palo nğa sa bakal
  nğ martillong nasa kamay
  pawis nag tagtagastasan.
  sa katawang nğ lulumay. hot, hot, hot,

SALITAAN.

Agong.—Luduviko kapatid ko: dahil saiyo ay diko maikakailâ na ako'y guminhawâ sanhî sa mabuting iyong pamamanihala nitong aking kabuhayan.

Vico.—Diko po itinuturing.

Agong.—Sa gayon ay maraming salamat aalis.

Pedro.—Kaibigan ayon sa kainaman mong ugali dika sukat mag tiwalâ ñg labis sa ating apô-apôan, sapagkat dinguín mong madalas asalin niyan:

Iyan ay walang ugaling makisama sa di niya mauulól, at marunong gumalang sa matwid, siya,i, di mopa kilalá dahil sabago kapang nakakasama ¿gaano nabang panahon ang iyong pagkalagay dito?

Vico.—Dalawang taon lamang.

Pedro.—¿Gasino na ang dalawang taon? ako'y nakilala ko pati inunan niyan at sa katunayan, iyan ay pang-ulo ñg isang tungkos na inútil at walang ini-isip kung di ululín ang mğa kaawa-awa, walang bigóng kilos na di pinagkakagasta; at ang bawat hindi umamin sa linsad niyang paraan ay tuturang walang pag-ibig sa lupang kinamulatan.

Vico.—Katoto: masalág ko ang iyong pañğuñğusap, si Tio Agong ay walang kasalanan, sapagkat sa bayang walang napakukutos, ay walang mañğuñğutos, tuturan mong siya'y pañğulo ñg isang kapisanan. ¿Hindi mo ba natatalos yaong wika: Na sa bayan ñg ulol walang Hari kundi ang gungong? Kaya wala sa gunam-gunam ko ang ako'y kaniyang pagtaksilan.

14

Pedro.—Ito'y sinabi ko lamang, huag mong lílimutin yaong wika: na ang mapagkatiwala madalas mapanĝanyaya iyong tatandaan aalis.

Lalabas si Soledad Malungkot.

ESCENA II.

Soledad.—Guiliw kong asawa! bagaman,t, mahapdî,
sa puso,t, panimdim ang isasangunî,
pag iinutan ko, na maimungkahî
sabahay naito'y huag mamalagui.

Vico.—Ikaw'y asawa ko ano mang masapit
ikaw lang ang tanĝing sa dib-dib naguhit
nag papagal ako kasi ko at ibig
sa iyo ang dahil . . .

Soledad.—Dinguin mo ang sulit:
Ibig kong sa bihin nĝayong ipamalay
sa iyong kasamá ikaw,i, humiwalay.

Vico.—Ang lahat mong sabi aking hahadlanĝan
pagkat diko ibig at di katuiran.
Ako'y kilalá mong inanák sa pagod
sapagtatrabaho'y nabuhos ang loob
ang pandayang ito kung kaya lumusog ay dahil sa akin.

Soledad.—¡Maawain kong Dios!

Vico.—Talastas mong dati ang aking puhunan
    sa pandayang ito'y madlang kapaguran
    ng̃ayong sumapit na ang pakikinabang
    manghihikayat kang akoy humiwalay.

Soledad.—Dinguin aking guiliw itong isasaad
    na sa pagkahimlay aking na pang̃arap
    ang taksil na Agong magdarayat sukab
    at sa may asawa ay nang̃ung̃ulimbat.

    Tang̃i pasarito ang dulong himutok
    ng̃nag bigay agam aking bung̃ang tulog
    kahiman daw lang̃ít ang iyong idulot
    kagantiha'y lason.

Vico.—Bibig mo'y itiklok aalis si Vico

MUSICA No. 2.

    (2 ulit) (Anong sakláp na damdamin
itong aming nararating ang asawang guiniguiliw
walang tiguil sa pagdaing) (2 ulit.)

    (2 ulit) (¡Oh! Bathalang lubhang mataas
asawa koy iyóng iligtas
sa mg̃a madláng bagabag
malayô sa tanang hirap.) (2 ulit).

SALITAAN.

Soledad.—Hindi malang̃ap ko
    ang mg̃a insal

ng lilong si Agong
may asal halimao
hindi na nangimi
pag sinta'y ialay
¿sa isang gayako?

ESCENA III.

Lalabas si Pedro, may dalang sulat.

Pedro.—Soledad pag masdan.

Soledad.—Tio Pedro, ikaw po,i, manainga: natatanto ko po na ikaw ay may dangal na taglay, kung ako po ba'y may ipag tapat sa iyo, ikubli mo po kaya.

Pedro.—Ah, Soledad puputok sa lupa, ngunit sa aking dila ay hindi; turan mo.

Soledad.—¿Ano po ba ang pagkakilala mo kay tio Agong?

Pedro.—ha, ha, ha. Isang tawong lasengo, ang sinabi sa umaga na lilimutan sa hapon, isang ugaling muy ordinario, baga man mauban, ang laman ng utak ay kamangmangan, isang tawong mapag-ulol sa kababayan, isang tawong madalas sangkalanin ang bayan, isang tawong mapag apôapôan, isang tawong hantik pa sa limatik, isang tawong mapagpasamba sa tanto niyang hangal, isang tawong tumandâ sa pagkabusabos, at isang tawong . . .

Soledad.—Hintay ka po muna.

Pedro.—Ah, hindi mona maa-awat, isang tawong kung hindi mo alintanahin ang kanyang . . .

Soledad.—Tapusin mo na po.

Pedro.—Aba ay tapos na ng̃a, ¿ano naman ang ipagtatapat mo sa akin?

Soledad.—Marahil po'y tanto mo, na kung hindi dahil kay Ludovico, ay hindi uusbong ang kaniyang kabuhayan.

Pedro.—Oo ng̃a, tanto ko, kaya't ang pamarali ni tio Agong, si Ludovico daw ay socio industrial sa pandayang ito.

Soledad.—Madalumat mo po bang ialay sa akin ang kanyang pag-ibig, madalumat mo po bang nasain ng̃ Agong na iyan, na ihapay ang puri ng̃ kanyang pinakikinabang̃an.

Pedro.—Ito'y hindi ko ng̃a madadalumat at dapat ko namang dalumatin, na baka kaya naman ang ibig niyang mangyari, sapagka't si Ludovico ay socio industrial niya sa pandayan, siya nama'y maging socio industrial ni Ludovico sa iyo ha, ha, ha . . . ito'y hindi natin masusukat.

Soledad.—Kaya't yayamang sa aking asawa'y wala akong sukat magagawang paraan upang ipamalay sa kanya ang mg̃a bagay na ito ikaw na po ang magsabi sa kanya.

Pedro.—No puede ser hija de Dios.

Soledad.—¿Hindi ka po ba nahahabag sa aking asawa?

Pedro.—No puede ser hija de Dios. takot na takot ako sa basagulo, kung iyan ay sabihin ko kay Ludovico at paputukin naman ni Ludovico ang ulo niyan, di pati ako'y hila-hila sa Juzgado.

Soledad.—¿Ano po itong sulat na ibinigay mo sa akin?

Pedro.—Si tio Agong ang nagpapadala sa iyo niyan, huag ko daw pagpapahamakang buksan.

Soledad.—Nğiyo pong matanto babasahin ko sa iyo bubuksan ang sulat.

Guiliw kong Soledad: Gaáno kayang pagtataká ang tatamuhin nğ iyong mapayapang dibdib na kung sa kalatas kung ito'y matantô ang laki nğ aking pag-ibig.

Pedro.—Samantalang binabasa mo, dadasalin ko naman ang sampung utos nğ Dios, Luluhod. Ang una ibigin ang Dios na lalô sa lahat.

Soledad.—Ini-ibig kita hangang huling tibok nğ aking paghinğa kahi't dios man ang humadlang.

Pedro.—Ang ikalawa huag kang manumpa sa sa nğalan nğ Dios.

Soledad.—Ikaw ang panğinğilinan ko't igagalang.

Pedro.—Ang ikatlo sa lahat lamang nğ lingo at pista ka manğinğilin.

Soledad.—Soledad igagalang kita.

Pedro.—Ang ikaapat igalang mo lamang ang ina mo't ama gayon din ang katwiran.

Soledad.—Mamahalin kita nğ higit sa buhay.

Pedro.—Ang ikalima huag pumatay nğ tawo.

Soledad.—¡Ay Soledad! ikaw ang buhay ko.

Pedro.—Ika anim huag kang makiapid sa di mo asáwa.

Soledad.—Ikaw Soledad ang tanğing numakaw nğ aking puso.

Pedro.—Ang ikapito huag mong nanakawin ang ipinagkakatiwala sa iyo.

Soledad.—Soledad nğ aking buhay ang ninasâ kong ito'y hindi mahahadlanğan kahit ang Dios.

Pedro.—Ikawalo, huag kang mapagbintang sa kapua mo, bago bago ikaw ang lilo.

Soledad.—Soledad ko, ikaw ang pinagnasaang pagkamatayan nğ aking pag-ibig.

Pedro.—Ikasiam huag pagnasaan ang asawa nğ kapua mo.

Soledad.—Guiliw kong Soledad ikaw ang aariin kong kaisang puso.

Pedro.—Ikasampu huag mong pagnasaan ang ari nğ iba, lalo na kung iguinagalang ka.

Soledad.—Hahanganan kona ang takbo nang pluma sapagka't ikaw din ang iibiguin ko kahit anong karatnan.

Pedro.—Ang sampung utos nğ Dios dalawa ang kinauuwian: ibiguin mong iyong kapua gayon din ang Dios, at bayaan mong mamili sila kung alin ang kanilang ibig titindig. Pues iha ikaw ang makapamimili nğ iyong ibig.

Soledad.—Kaya nğa po tio Pedro, gawan mo po nğ paraan walin sa kanyang loob ang kanyang nina-nais sa kayo din po ang kaututang dila niyan.

Pedro.—Bueno, pabayaan mo,t, akong bahala.

Soledad.—Siya diyan napo kayo aalis.

Pedro.—Saragating tawo itong si Agong Maria, Maria lalabas si Maria.

ESCENA IV.

Maria.—Ano.

Pedro.—Natatanto mo itong si Tio Agong; ibig palang lumigaw dito kay Soledad, Jesus mariosep bakit ko ba naipagtapat dito.

Maria.—¿Si Soledad na asawa nğ kanyang kasamá?

Pedro.—Oo.

Maria.—Maniwala kana sasinasabi kona sa iyo,t, ang sinalibad nğ isang laksang iyan e.

Pedro.—Ako pang guinawang taga dala nang sulat.

Maria.—Sinasabi ko sa iyo,t, iyang pagka meketrepe mo á ¿Hindi kaba na hihiâ sa tawo na iyang tandâ mong iyan ay pumasok kang ... ow *aambaan ng̃ suntok* pag hindi ko pinaaguasa ang ilong mo á ¿Bakit ba sunod ka ng̃ sunod sa hayop na iyan?

Pedro.—Mangyari ako'y natatakot baka akoy maturang hindi mabuting kababayan.

Maria.—Naku ... pag hindi ko binalibol ang bung̃ang̃a mo á, ang sukat mong akalain itong aking sasabihin: kung ang tawo bang iyan ay mabuting cristiano, dapat bang pag nasaan ang asawa ng̃ kanyang kasamá.

LALABAS SI BAKOKO'Y

ESCENA V.

Bokokoy.—Magandang araw po.

Pedro.—¿Sino?

Bokokoy.—¿Sino puba ang amo dito?

Pedro.—¿Bakit?

Bokokoy.—Ibig ko pu sanang manilbihan.

Maria.—¿Baka hindi ka makatatagal dito?

Bokokoy.—Tatagal po.

Pedro.—Ng̃ akoy maligtas sa mg̃a basagulo ipasok ko ito, hoy ¿ano ang pang̃alan mo?

Bokokoy.—Bokokoy po.

Pedro.—Dito'y talagang nañgañgailañgan ñg alilà, datapua't isang alilang
pipe, dahil sa ikaw ay hindi pipe tuturuan kitang maging pipe, pagka't
ang amo dito ay ayaw makikisama kung hindi sa pipe, bulag, at kimaw
na gaya ko; ako man ay hindi rin kimaw nagkikimawkimawan lamang
ako, o tignan mo.

Biglang hahampasin sa tiyan si Bakokoy.

Bokokoy.—Aray, ha ha ha . . .

Pedro.—¿Bueno, ibig mo? iyan man hindi rin bulag.

Bokokoy.—Opo.
Pedro.—Pag sinabi sa iyong ganito ikukumpas ang kumay sa
mukha babayi ang kailañgan *kukumpas uli* pag ganito lalaki.

Bokokoy.—Opo.

Maria.—Mabuti, insayuhin mong mabuti iyan at papasok ako dito sa loob
aalis.

ESCENA VI.

Pedro.—¿Magkanong sueldo ang ibig mo?

Bokokoy.—Kahi't na po magkano uubo sa loob si Agong.

Pedro.—Humanda ka at nandito na. Lalabas si Agong.

Agong.—Pedro, aha? sino iyan?

Pedro.—Ibig pumasok na alila pinapag-antay ko dahil sa pipe, baka wika ko maibigan mo.

Agong.—Aha, oo kung pipe ay ibig ko nğa magkano anğ sueldo tanunğin mo.

Pedro.—Bokokoy.

Agong.—Anong nğalan?

Pedro.—Bokokoy, ayon sa recomendación na aking tinangap. Hoy, *kukumpasan kung magkano ang ibig sahurin* magkano ang ibig mong sueldo.

Bokokoy.—Ikukumpas na limang piso.

Pedro.—Límang piso daw.

Agong.—Comforme ako, hoy tatampalin sa balikat kukumpasan *nğ kahit anong makita huag sasabihin* huag mong sasabihin ¿ha?

Bokokoy.—Ong . . . tatanğotanğo.

Agong.—Tio Pedro, anong sagot ni Soledad?

Pedro.—Tio Agong, pillo ka pala naghain ka pala nğ pag-ibig kay Soledad.

Agong.—He, he, he . . . Saragate ka tio Pedro, marahil binuksan mo ang sulat.

Sa tuina't magtatawanan ang dalawa makikitawa si Bokokoy.

Pedro.—Hindi ko binubuksan kung di binasa sa akin ni Soledad, dahil sa kilala ni Soledad na marunong akong magkubli nğ lihim, samantalang kanyang binabasa dinadasal ko naman ang sampung utos nğ Dios, nğ marinig niyang ang ika anim na utos nğ Dios na huag makiapid sa may asawa namunğay ang mata, saka tumawa nğ lihim kaya't tila tinatangap na ang iyong pag-ibig *magtatawanan maquiquitawa si Bakokoy.*

Agong.—Hoy, ¿bakit ka tumatawa?

Pedro.—Talagang ganyan iyan, pagnakakita nğ tumatawa nakikitawa din ha, ha, ha ... *Tatawa si Pedro makikitawa si Bokokoy* nakita mo na di nakikitawa naman.

Agong.—Aba sienğa a, dahil sa ang aking pagkaalam, ay
tungkol pipe, siempre binği.

Pedro.—Oo nğa binği nğa iyan sa iyon ang kanyang ugali, pag nakakita nğ tumatawa nakikitawa, anong magagawa natin: tawanan mo; pag hindi ka tinawanan talo ako.

Agong.—Hoy, nğinğiti si Agong nğinğiti din si Bokokoy, hahalakhak si Agong hahalakhak din si Bokokoy.

Pedro.—Kaya wala tayong dapat katulunğin sa pagligaw mo kay Soledad kung hindi iyan.

Agong.—¿Saan naroroon si Soledad? lilinğon si Pedro
masusuliapan si Soledad na lumalabas.

ESCENA VII.

Pedro.—Naito siya't dumarating Patakbong aalis.

Agong.—Ay! Soledad!

Soledad.—Aba bastos na tawo ito, hindi na kayo nahihiya, kahit may tawo.

Agong.—Diyan ay huag kayong mag-alaala, pagka't tañgi sa iyan ay pipe, biñgi pa ¡Ay Soledad!

Soledad.—Di ka na nañgimi sa aki'y maghain ¿ñg iyong pagsinta? ¡may lahi kang taksil!

Agong.—¿Maging sala kaya ang gawang gumiliw?

Soledad.—Sukat na, sukat na,
    may dilang matabil.
    Dapat mong liñgapin
    ang aking asawa
    marunong mag tapat
    sa pakikisama,
    maguing araw gabi,
    tanghali't umaga
    trabaho ang ibig
    upang guminhawa.

    Bagá man sakali iyong namamálas
sa ibang babae ang ugaling judas
ako naman sana'y huag mong itulad
tatampalin kita . . .

Bakokoy.—Frefeta Jeremias.

Agong.—
    Huag maguing tampal sukdang maging suntok
    titiisin ko rin taglay ng̃ pag-irog
    kahit sa ng̃ayon din buhay ko'y matapos
    iibiguin kita.

Bokokoy.—Santo Nicodemus.

Agong.—Ako'y kilanlin mo sa bayan ay tanyag bawa't nasain ko'y
    nasusunod agad.

Soledad.—Kung magkaganito matwid ay baligtad, ng̃uni't huag gawin sa
    nang̃adidilat.

Agong.—Pag-ibig ko'y tuloy, hindi magagatol pagka't akong apô . . .

Bokokoy.—Malapit lumindol.

Agong.—Ang kahit bumaha ng̃ayon din ng̃ apoy, ini-ibig kita *yayakapin*.

Soledad.—Iilag Ah, lahing Faraon.

    Dika na nahiya ng̃ asal mong iyan
    isang may asawa iyong pang̃ahasan
    bulok ang puso mo, may lahing halimaw
    di ka na natutong magbigay pitagan.

Agong.—Itong pagsinta kong nakintal sa dibdib
    hindi maaampat ano mang masapit

ang yakap kong ito, hulog na ng̃ lang̃it
hahagkan pa kita . . .

Soledad.—Halimaw, balawis.
Wala kang damdamin tawong walang wasto:
marung̃is ang dibdib maitim ang puso:
darating ang araw noong pagka pugto
ng̃ gaya mong sakim mapag apô-apô.
Tatampalin pagkatampal aalis patakbo.

Bokokoy.—Aray . . .

Agong.—¿Nakita mo ang guinawa sa akin? Pakumpas.

Bokokoy.—Ong . . . pailing-iling.

Agong.—Huag kang magsasabi kanino man pakumpas aalis si *Agong
sapolsapol ang mukha biglang tatawa si Bokokoy pagkaalis.*

Bokokoy.—Walang hiya pala itong apô-pô namin dito.

Darating si Lodovico lalabas sa fondo at si Soledad sa kaliwa.

ESCENA VIII.

Vico.—Oh Soledad kailan man ikaw ay na sa aking piling, hindi ko
nakikilala ang kamatayan.

Soledad.—¡Ó Asaua ko! kailan mang oras di kita masilayan,
tanto akong nalulumbay.

Vico.—Tunay kaya?

28

Soledad.—Tunay.

Vico.—Kung gayon ay dínguin.

MUSICA No. 3

Vico.—Kung totoong iyong tinuran
    iabót ang iyong kamáy

Soledad.—Naito aking hirang
    at huag ang kamay lamang
    kung di pa sampúng katawán

Vico.—Oh laking kaligayahan
    Tantoin mo aking guiliw
    ikaw ang sasalaminin,
    buhay ko man ay mairing
    dito magpahangang libing.

Soledad.—Sa oras na masanghayâ
    nag bulaklak yaring tuâ
    at naparam ang dalita
    sa ligaya'y sumagana.

Sol. at Lvo.—Itong ating kaligayahan
    waring araw na sumilang
    ligaya'y ating kamtan
    dito sa pag-iibigan
    Anong sarap anong tamis,
    ang linamnam ng̃ pag-ibig
    di mandin maiwawang̃is
    sa ligaya ng̃ angeles

Lalo na nğa't kung kaulayaw
ang sintang minamahal
wari man din tinanglawan
nğ mğa bitui't buan.

SALITAAN.

Vico.—Asawa ko, kahit ang pagod ko'y halos makaputol nğ hininğa kapag ikaw ay nasa piling naiisbang walang liban.

Soledad.—Kaawa-awa kang tunay sa iyong kasamá, iyo ang pag-luhâ, iyo ang pagdaing, iyo ang pagtaghoy, at iyo pa ang damdamin.

Vico.—Hindi magkakagayon at sino ang tawong iyan hoy, ¿Sino ka?

Bakokoy.—Sino naman kaya ito.

Kukumpas nğ pagalang.

Soledad.—Iyan ay bagong pasok lamang dito.

Vico.—Bakit kukumpas kumpas.

Soledad.—¿Bakit, kailâ pa ba sa iyo ang pag uugali niyang kasama mo? ayaw makikisama kundi sa mğa inútil, iyan ay pipe.

Vico.—Pasiensia hija iyan ang ugali niyan ¿anong magagawa natin?

Soledad.—Magpahinğalay ka.

Vico.—Oo nğa aalis.

30

Soledad.—¡Oh Bathala!

Tuluñgan mo akong makapagpamalay
sa aking asawa mǧa kagagawan
nǧ kanyang kasama; na may asal banday
sa udiok nǧ nasang lubhang tampalasan.
Sugat na maantak nǧ sariling puso
ang bigyang damdamin asawang kasuyo
ang bagay na ito'y kungdi ipatanto
masasabing akoy . . .

Bokokoy.—Daig kong napako.

Vico.—Sa loob. Soledad.

Soledad.—Nandian na. Aalis lalabas si Pedro.

ESCENA IX.

Pedro.—Bokokoy kukumpas lang si Bokokoy pag akong kausap mo huag
kang magpipipe at babasaguin ko ang buñgo mo, ¿anong narinig mo?

Bokokoy.—jajaja. Saragati palang tawo iyang amo natin, dapat ba
namang . . . ibubulong.

Pedro.—Sust, kuidado kahit anong makikita mo huag kang magsasalita
kung ibig mong ikaw mapamahai sa kanya, sapagka't kaya iyan nag-
uugali nǧ ayaw makisama kung di sa pipe, bulag, biñǧi, at pilay nǧ
upang masunod ang lahat niyang nais nalaman mong ibig niyan, apoin
siya kahit pabalubaluktok ang kanyang gawin.

Bokokoy.—Iyon pala lamang bayaan mo,t, akong bahala.

Pedro.—Ipinatatalastas ko naman sa iyo iyong isang dumating dito ang asawang tunay noong babae at siyang segundo amo dito. *Lalabas si Agong* Huag kang maingay at lumabas si Agong magpipipipihan ka.

Bokokoy.—Oong . . .

Pedro.—Maniwala ka sa akin na labis ng̃ buti si tio Agong.

Agong.—Tio Pedro, gahol ito'y huli ng̃ aking pagdaing sa iyo sa naisip kong ito'y hindi siya sasala *tatawa makikitawa ang dalawa* nakitawa na naman ang sinalibad ng̃ . . . ang sulat na ito ay sasabihin kong telegrama sa akin ng̃ isang kaibigan ko sa Calasiao si D. Ludovico ang aking uutusan ang sa sama sa tren kayong dalawa ni Bokokoy, at sa alas onse ng̃ gabi kakausapin ko si Soledad, sa ibig man at sa ayaw iibig siya sa akin naito siya't dumarating, *darating si Ludovico*, magsi pormal kayo.

Vico.—Guiliw kong kapatid sa awa ng̃ Dios ay tapos ko ng̃ naihatid ang mg̃a gawa natin ibig kong sa lingong haharapin palakihan na itong taller.

Agong.—Ako'y talima sa iyong bawat maibigan; kapatid: basahin mo itong telegramang aking tinangap buhat sa Calasiao doon ay may gawa na lubhang kailang̃ang ikaw ay makarating.

Vico.—Talos mo nang dati na akoy nasa ilalim ng̃iyong kapangyarihan, tang̃i sa roon kailan man at sa ikagagaling, íka uusbong ng̃ ating kapisanan kahit sa nag-u-umpugang bato paroroonan ko.
Agong.—Kung gayon maghanda kana.

Vico.—Sa gayon ay paalam aalis magtititigan ang tatlo at *saca maghahalakhakan ng̃ tawa.*

Agong.—¿Naniwala na kayo? sa sinasabi ko sa inyong wala akong iisipin na di masusunod, ñgayon akin si Soledad, diyan na muna kayo ja, ja ja ja Agong magsaya ka Agong *aalis mamaya sa anyong si Agong ay tatalikod babanatan ñg tampal sa batok ni Pedro magugulat si Agong itatagong bigla ang kamay ni Pedro.*

¿Sinong bumatok sa akin?

Pedro.—¿Nananaguinip ka ba tio Agong? ¿Hindi ba kayâ ibig na ibig mong makisama sa mğa inútil ñg walang makabatok sa iyo gumawa kaman ñg hindi katuiran, at saka ñgayon ay tatanuñgin mo sa akin kung sinong bumatok sa iyo e, ¿sinong babatok sa iyo ako ba? ¿mababatukan ba kita kimaw ako? Bokokoy: ¿Sinong bumatok kay tio Agong?

Bakokoy.—Kung hindi lamang ako pipe sinabi kona *pakumpas* ong . . .

Agong.—Adios tio Pedro tutumbukin sa sikmura Adios Bakokoy *aalis masaya.*

Bakokoy.—Tio Pedro *sundot sa sikmura* pillo ka.

Pedro.—Jajaja Lalong pillo si tio Agong papormal ating pag isipan ñg lalong magaling ¿pa anong gagawin mo kung ikaw ay si Ludovico?

Bakokoy.—Kung hindi ko nalalaman kahit ako lokohin; mag papasencia ako lalabas *si Luduvico taglay ang isang maleta de viage at tampipe.* Huag kang mainğay at dumarating si Ludovico.

Ludovico.—Mğa kaibigan:
ako sa inyo,i, nagpapa-alam

Pedro.—¿Kami bay iyong iiwan?

Ludovico.—Hindi mᵹa kapatid
   Talastasin ninyo akoy ini-anak
   sa mundong sakdalan noong madlang hirap
   at walang minana kundi mag papatak
   malagkit na pawis . . .

Pedro.—Iyan ang marapat.

Vico.—Sa pag tatrabaho,t, sa patak nᵹ pawis
   doon ko kukunin ang ikabibihis
   di gaya nᵹ iba ating na mamasid
   na sapag a-apo nandoon ang nais.

   Akoy handa nᵹ ayon pasasa Calasiao
   nᵹ upang tuparin aking katungkulan
   katungkulang hindi, dapat kong tangihan
   pagkat siyang usbong aming kabuhayan

   Akoy sinalubong nᵹ aking kasamá
   sa papel na taglay ako daw pumilma
   ginawa ko naman ay aking binasa
   nᵹ aking matanto inagaw pagdaka
      Sa akin sinabi:

   Huag mong basahin iyang kasulatan
   kung hindi mo ibig kita'y kagalitan
   subo nᵹ galit ko'y di ko napigilan
   pagka't bawat tawo ay may kalayaan.

   Aking isinigaw na ipinakalakas
   ¿bakit nanasaing malupig ang lahat?

tumugon sa akin; ¡ah! walang pagling͠ ap
sa bayang sarili . . . bigla kong sinalag.

Sapagka't ang nais na nakatalatâ
sa papel na iyon pumilma ang madlâ
isang kababaya'y maalis na biglâ
sa luklukang trono siya ang itakdâ.

Aking hinandulong mataas na sabi
huag sangkalanin ang bayang sarili
na tulad kay Luzbel naghapay ng͠ puri
sa ng͠ alan ng͠ Dios ng͠ siya'y bumuti.

Sapagka't ugali ng͠ apô-apôan
siya ay Diyosin tanang kababayan
kaya at si Luzbel ang pinagharian
lahat ng͠ demonio sa ka infiernohan.

Kaya mg͠a guiliw irog co at sinta
kayo,i, kaiing͠ at sa aking kasamá
ng͠ ayon ko natatap ang ugali pala
siya ang poonin sambahin towina.

At sa pagbalik ko ako'y hihiwalay
hindi ko na nais ang pakisamahan
at pagkagaling ko doon sa Kalasiao
sa inyong lahat na, ay mag papaalam.

Bakokoy.—Ako'y hindi pipe ng͠ iyong matalos kung ikaw,i, aalis ako poy
   susunod pagkat ang puso ko'y marunong umirog maalam
   tumampal sa mapag dios dios.

Pedro.—Ng inyong matanto akoy hindi komang matigas tigas pa ang aking balakang nğ iyong matatap aking binatukan ang mapagmapuri na apô-apôan.

Agong.—Sa loob. Pedro, Bakokoy.

Ang Dalawa.—Tinatawag kami nğ hunghang.

aalis patakbo ang dalawa lalabas si Soledad malungkot si Vico naman sa dakong kanan.

ESCENA X.

Soledad.—Irog kong asawa kabiyak nang dibdib mangyaring dinguin mo ang ipagsusulit kung ako ay tunay iyong ini-ibig sa araw na ito huag kang umalis.

Vico.—Hindi mangyayari; asawa kong sinta ang lakad kong ito'y iyong maantala na sa pagbalik ko ay nakahanda na akong humiwalay sa aking kasamá.

Sa gayon ay paalam.

Soledad.—Huag mo akong iwan.

Vico.—Magtiis asawa ko.

Soledad.—Tanto mo nğ dati
kung ikaw'y málayo
nğ dalawang oras,
nasikdo ang puso
kung na sa tabi ka'y

biglang bumubugso
ang tanang ligaya.

Vico.—Aking natatanto
Kaya nğ a't sa tui nang
ikaw'y malálapit
sa aking paninğin
ang asa ko'y lanğ it
kung na sa tabi ka'y
masaya ang dibdib
kahit nalulunos
pilit nabibihis.

Soledad.—Alin pa ang lanğ it
na di na sa akin
kung sa bawat oras
ikaw ay kapiling
kapiling ka lamang
kahi ma't malibing
bangkay mang mistula'y
bilang sa buhay rin.

Vico.—Anong sarap mong magmahal.

Soledad.—Ako'y iyong ipagsama lambing.
Vico.—Huag na asawa ko paalam aalis malungkot si Soledad.

Soledad.—Hindi ko napiguil ang asawang irog Lalabas si *María.*

ESCENA XI.

Maria.—¡Solédad! ¿Bakit nalulungkot?

Soledad.—Si Ludovico'y umalis.

Maria.—Bayaan mo't babalik.

Soledad.—¡Oh María!
    Ako'y mayroong nais nğ ayong ipagtatapat.

Maria.—Turan mo Soledad nğ aking matatap.

Soledad.—Ang lilong si Agong magdaraya't sukab ay sa gabing ito'y ga ibig manğ ahas.
    Ibig panğ ahasan ang pagka babai ilublub sa lusak sa asawang puri mahigpit na bantâ mamayang alas once gagahisin ako.

Maria.—¿Ano ang sinabi? ¿Bakit di sinabi sa iyong asawa ang masamang nasa nğ kanyang kasama.

Soledad.—¡Hindi ko maatim! maniwala Maria ang bigyang damdamin asawa kong sinta.

Maria.—Diwa'y ibig mo, eh?

Soledad.—¡Oh Maria! ako'y iyong turuan nğ makaligtas sa kamay nğ halimaw.

Maria.—Kung gayon tayo na sa loob at lihim nating pag-usapan

aalis ang dalawa lalabas si Agong, Bakokoy at Pedro waring nagbubulunğ an.

ESCENA XII.

Agong.—Talastas na ninyo ang inyong gagawin ang magdadala ng̃ tampipe, ikaw; ang maleta, ikaw; ihahatid ninyo sa tren huag kayong aalis sa estacion hangang hindi umaalis ang tren niyang sinasakian, at walang sala mamiyang gabing mag aalas once, kayo din ang aking katulong.

Pedro.—Ng̃ unit . . .

Agong.—Walang ng̃ unit, ang malalaking bagay na aking na isip ay nasusunod, ¿ito ba lamang ang hindi? kapag kayo'y hindi sumunod sa nais ko, susumpain kayo ng̃ Bayan? ¿Hindi ba ninyo alam pág hindi ninyo tinupad ang bilin ko ipa *boboycotage* ko kayo at ako ang inyong punô? kung ang sambayanang tawo sumusunod sa bawat maibig ko ay kayo pa bang susuay, hindi mangyayari at saka natin tignan.

Bakokoy.—Naku parang kung ito'y magalit sa akin ay natatakot ako.

Agong.—Gayon din sabihin sa ating kapanalig, na sa lahat ng̃ botohang ating gagawin ako ang inyong iboto, gayon din na inyong papilmahan sa lahat ang papel na ito sa pang̃ alan ko.

Pedro.—¿Ano ba iyan?

Agong.—Huag ng̃ ipabasa, ang nakatalata diyan ating paa-alisin sa tungkol si Doctor dahil sa siya'y *bubulong.*

Pedro.—¿Baka ikaw ay namamali?

Agong.—¡Tío Pedro! ¡Tio Pedro! huag ninyo akong pagsusumañg in ako ang ilagay ninyo sa tungkol niyang taglay, sapagka't akó ang inyong puno. *Lalabas si Vico.*

Vico.—Mg̃a kasama ako'y nahuli sa primer viahe kaya't sa segundo na ako sasakay.

Agong.—Sa bagay pala'y ikaw ay naparoon na.

Vico.—Oo katoto.

Agong.—Yayakapin ¡Oh! napakasíkap na aking kasama; kasama, kong magandang puso, *sa bawat koma ay wuñg ol si Pedro at si Bakokoy* kasama kong mapagtapat.

Pedro.—Ñg̃ ipagbili ni Judas si Jesus ay niyakap muna.

Agong.—Kasama kong pinaglagakan ng̃ aking pagkakatiwala, at kasamá kong . . .

Pedro.—Kasamá.

Vico.—¿Baka tanghaliin ako kasamá.

Agong.—Bueno Bakokoy ang tampipe, Pedro, ang maleta samahan ninyo ang aking kasamá.

Vico.—Bueno kasama adios aalis ang tatlo urong ng̃ urong si *Agong hangang sa matihaya sa Palihan at puro adios ang sinasabi.*

Agong.—Adios, adios, adios, adios. Pagkatihaya mutación calle Lalabas si Ludovico, Pedro at Bakokoy.

Bakokoy.—Ludovico kung sa hanga po nğ akin ay hindi co po ibig ang ikaw ay umalis sa gabing ito: dahil nabalitaan ko po sa isang kaibigan na lolooban ang inyong oficina kapag kayo'y umalis.

Vico.—Nariyan naman ang aking kasama upang magtangol.

Pedro.—Inaakala mo bang inaaring tawo nğ lahat ang iyong kasama? kilala na nğ lahat ang pagka apô-apô niyan, ang sabihin mo'y dahil pa sa tawong iyan kaya lolooban ang oficina; kaya't akong may sabing huag kang magtuloy; manubok ka nğ ayong alas once nğ gabí at walang salang di may saka mangyayari; sa kali't wala kang makita magpatuloy ka bukas nğ pag-alis.

Vico.—Bahala na at aking iisipin paalam mğa kapatid *aalis.*

Bakokoy.—Hindi rin tayo pinakingan.

Pedro.—Paanong ating gagawin kung gagahisin na si Soledad?

Bakokoy.—Babalugbugan ko. ¿Ikaw paano pong nasa sa loob mo?

Pedro.—Nasa sa loob ko kapag pinagpahamakan niya ang puri nğ ating kasamahan ay hambalusin ko *lalabas si Agong kasama ang mğa panday.*

Agong.—Tio Pedro ¿Ano napilmahan na ba ang pinapipilmahan ko sa inyo?

Pedro.—Mayroon nğ manğ isanğ isang nakapilma.

Agong.—Tinamaan nğ bagkat na, ¿Hindi ba sinasabi ko sa inyong sa ayaw at sa ibig ay pilitin mo?

Bakokoy.—Napakahigpit nğ orden.

Agong.—Malapit nğ halinhan ang Presidente pag hindi akong nalagay patay kayong lahat, pag hindi ako naguing consejal, patay kayong lahat, pag hindi akong naguing punô ninyo, patay kayong lahat, pag hindi akong nahalili kay Doctor ... sa masarap niyang tungkol, kayong bahala; at ma-aari bang hindi akong malalagay pag kayong lahat ang naglagay sa akin? kaya Bakokoy pilma na *Pipilma si Bakokoy* ikaw; ikaw *papipilmahin ang lahat ikaw, ikaw nğ ikaw ang sasabihin.*

Bakokoy.—Naku linsiok Apô-Apoan nğa pala, makago san Quinton. *Lalabas si Totong.*

Pedro.—Naito si Totong at dumaratin ito ang ayaw pumilma.

Agong.—Pumilma ka dito't akong ilagay mo

Totong.—Ang laya nğ tawo dapat mong igalang
    pumili nğ ibig kanyang maibigan
    ang isang pilma ko'y mahalagang tunay
    at sa mapag apo'y hindi gumagalang.

Agong.—¿Diyata't ikaw ang tatangui sa ako ang ibig nğ bayan?

Totong.—¿Ito'y hindi ko masabi?

Agong.—Sukat mong tantoin ako'y siyang puno
    laging ginagalang siyang apo-apo
    kahima't gawin ko'y ang paliko-liko
    susuko kang pilit nğ ayon ay yuyuko.

Totong.—Ang katuwiran ko'y hindi matatañg ay
    tañg ain nğ agos nğ apo-apoan
    yaong *casiquismo'y* dapat mong ilagan
    pagka't itong siyag sa iyo'y papatay.

    Sa awa at tulong mabuting Gobierno
    binibiguiang laya ang lahat nğ tawo
    tumupad sa matuid . . .

Agong.—Sukat ka na lilo. at masusunod din bawat maibig ko.

Totong.—Masusunod mo nğa bawat mahagap
    nğ uni't huag gawin sa nang adidila
    kung ang palagay mo ang bayan ay bulag
    itañg i ang ila't di mo malalahat.

Agong.—Ako'y siyang hari.

Totong.—Noong mğa pipe.

Agong.—Siyang masusunod.

Totong.—Nğ bulag at binğ i,
    itañg i ang iba't di mo mabibili
    marunong magtangol sa sariling puri.

Agong.—Mğa kapatid sumpain natin ito walang kikibo kahi't
    isa paliliitin ang voces ni Bakokoy.

Bakokoy.—Ikaw ang dapat sumpain.

Agong.—Mğa kapatid mamatay ang ayaw pumilma sa aking nais *Hindi kikibo ang lahat si Bakokoy lalong paliliitin ang voces.*

Bakokoy.—Ikaw ang dapat mamatay.

Agong.—¿Hindi ba ninyo ako nakikilala? Hindi kikibo ang *lahat nakatitig lamang si Bakokoy paliliit ang voces.*

Bakokoy.—Kilalá na kita ikaw ang apô-apô kapatid nğ lapo-lapo.

Agong.—Tayo na Hindi kikibo ang lahat tayo na kayo.

Bakokoy.—Sumulong ka nğ mag-isa.

Agong.—Diyan na kayo kung ayaw kayo.

Bakokoy.—Adios tio Agong. *Aalis si Agong padabog.*

Pedro.—Umalis na parang hilong banak si Tio
    Agong; ako sa inyo'y may sasabihin, tayong
    lahat ay mğa mangagawa ni tio
    Agong, kung ang isa ba sa atin ay apihin
    niyan, ¿anong mabuti nating gawin?

Lahat.—Pag-isahan nating iwan.

Totong.—Pagka't panahon nğ ating ipamalas
    ang kahalagahan mangagawang lahat
    nğ huag apihin tanang mahihirap
    na anak nğ pawis, sadlakan nğ saklap.

Ang magtatrabaho'y palagui nğ yukô
samantalang siyang laguing bumuboô
sunodsunuran na sa pamimintuhô
siya pang lakpakan nğ pakasiphayô.

Kaya't panahon nğ kanyang makilala
yaong kalayaan nğ isa at isa
bawa't ipag-utos tayo'y tumalima.
sakali't lalabis, sumanğ ín pagdaka.

Pedro.—Kung gayon humanda kayong lahat, mamayang á las once nğ gabi ay walang salang di panğ anğ ahasan ni Tio Agong, ang asawa nğ ating minamahal na si Ludovico nauukol ang ating ipagsangalang ¿conforme kayong lahat?

Lahat.—Oo.

Pedro.—Kung gayon tayo na kayo mag-aalisan ang lahat *lalabas si Ludovico.*

Vico.—Puso ko'y kumakaba, dibdib ko'y tumatahip, kaya't paparoon ako nğ matanto ang kahulugan. *Aalis mutación Sala rica nacahiga sa cama si Soledad madilim ang escena mayroong Quingque may ilaw, lalabas si Pedro at Bacocoy may mğa garrote.*

Pedro.—Bakokoy dito ka iuupo sa tabi nğ escena, ka pag ang babaye ay pumayag sa bakan mo nğ alis, sakaling hindi pumayag at pipilitin, lambanuguin mo na, at babalugbugang ko naman.

uupo sa isang tabi dadating si Agong magdaraan sa bintana nacasunğ aw lamang bababang marahan lalapitan ni Bakokoy tampalin sa balicat magugulat si Agong magcucumpasan iuupo ni Agong sa isang tabi at lalapit cay Soledad marahang marahan lalapitan naman ni Bakokoy at babatukan si Agong magugulat matatacot pagcakitang si Bakokoy ang bumatoc sa canya magagalit.

Agong.—Mabuti igapos ko ito, lalapitan si Bakokoy at *tatalian pag catali icucubli sa loob nğ bastidor biglang babang on si Soledad tahimik mahihiga ulî.*

Agong.—Nğ ayon hindi kana makalapit sa akin Lalapitan si *Soledad dahan dahan lalapitan ni Pedro at babatukan magugulat si Agong ititiric ang mata ni Pedro babatukan sa cabilang tabi pabulong.* ¿Sinong bumatok sa akin?

Pedro.—Pasigao. Akoy hindi makababatok sa iyo pagka't ako ay komang.

Agong.—Huag kang sumigaw dito ka itatabi sa tabi ng bastidor pagcaladcad tatanğ nan sa tainğa lalapit na dahan dahan cay *Pedro* Pakiram-daman mo kung sino ang darating.

Pedro.—Pasigao. Ooooo mahaba magigising si Soledad waring *magugulantang uupo sa silla malungkot.*

Soledad.—Oh panaguinip kong
    nag bigay bagabag
    sa pananahimik
    nğ pusong may sindak,
    kahit mananawari
    huag nğ matupad
    ang tanang sinabi
    ni Agong na Judas.
    Tutugtog nğ las doce.

Soledad.—¡Oh! Labin dalawang umpog nğ tanso sa bákal Labis na nğ isa sa kapanğ akuan nğ Agong na taksil . . .

Agong.—Soledad kong hirang yayacapin.

Soledad.—Oh, ganid, halimao, lilo at lanuang.
Agong.—Huag kang maguitla sa pananahimik pagka't ito'y nukál sa ating
  pag-ibig pag-ibig na hindi

Soledad.—Ah, lahing alamid.

Agong.—Hindi magagatol ang aking nais.

Soledad.—Sumasamo akong iyo ñg talikdan ang lahat ñg nasa.

Agong.—Di mahahadlañg an

Soledad.—Dapat mong isipin iyong kagagawan at mayrong infierno.

Agong.—Mangyaring pakingan.

MÚSICA N.o 4

Agong.—Pag-ibig ko'y di maampat
    sa iyo irog kong Soledad
    sukdang ang buhay ko'y mautás.
    Pagsinta ko'y di kukupas.

Soledad.—Dapat mong igalang.
    Pag-ibig ko'y paano naman

Agong.—Pagsintá mo'y di ko alam
    pag-ibig kong mabubuhay
    pag-ibig mo'y di ko alam

pagsintá ko'y mabubuhay
saksi kong pagkalalaki.

Soledad.—Ito'y walang kailan͠g an
kung sa pag-ibig mamatay
pagka't aking sinumpaan
irog ko siya habang buhay.
Ito'y walang kailan͠g an
ito'y walang kailan͠g an
kung sa pag-ibig mamatay
kung sa pag-ibig mamatay

Agong.—Pagsinta ko kung maapi
pagsintá ko kung maapi
Saksi ko ang pagkalalaki
At di ko n͠g ani masasabi, ang buhay mong mapuputi.

Soledad.—Ito'y walang kailan͠gan (2 huli)
kung sa pag-ibig mamatay (2 huli)

Agong.—Pagsinta ko kung maapi
saksi ko ang pagkalalaki (2 huli)
di ko n͠g ani masasabi
ang buhay mong mapuputi.

Soledad.—Huag kang lubhang pan͠g ahás
sapagka't araw ay kung sumikat
pag may kulog at kidlat
nagkukulimlim agad.

SALITAAN

Agong.—Pakatantoin mong sa tangapi't hindi sa oras na ito'y hindi makikimi itong aking puso.

Soledad.—Ikaw'y namamali at di matutupad ang lahat mong
mithi.

Susung̃ aw sa bintana si Vico.

Agong.—Ang sabing mataas huag ipang̃ ahás ang lahat kong nais pilit matutupad.

Soledad.—Matutupad mo ng̃ a't ani mo'y malakás ang mg̃a bisig mo; ¡lalaking . . . !

Vico.—¡Pang̃ ahás!

Agong.—Sa ng̃ ayon ng̃ ayon din iyong tatangapin ang lahat kong impok nanasang pag-guiliw, at hindi ang hindi *anyong yayacapin.*

Soledad.—¿Iyong pipilitin?

Agong.—Oo, oo, oo.

Soledad.—¡Ah lahi kang taksil!

Ang lahat ng̃ ito ay iyong asahan
masusunod mo ng̃a kung ako ay patay
Dudukutin ang punyal ng̃ uni't kung hindi
ang kasasapitan
dito ay babaha *anyong sasaksakin, biglang*

lalabas si Ludovico pipigilin ang kamay ni
Soledad.

Vico.—Isalong ang punyal.
¡Itago ang punyal baca madung̃ isan!

Sayang ang punyal mo na magkakadung̃ is
pumatay sa isang gaya nitong ganid
mabuti pa ang hayop hindi nangagahis
gaya nitong tigre, hantik sa limatik.

Sayang nitong aking mg̃a pagtatapat
ng̃ pakikisama sa gaya mong oslak
sayang ang ng̃ alan mong sa baya'y natanyag
ang kapurihan ko'y di mo na niling̃ ap.

Ano pa't ang ukol marapat na gawin
sa isang gaya mo, ang huag batiin
pagka't kawang̃ is ka ng̃ hayop na kambing
kahit anong damo ay ibig lamunin.

¡Huag matigagali ikaw ay mang̃ usap
matapang sa musmos, duag sa malakas
ibig mong mag-apô sa pipe at bulag
duag, dung̃ o, kimi, sa nakákasukat.

Agong.—Huag palabisin ang pananalita at ng̃ di sa dugo dito ay
bumaha.

Vico.—¿Ano ang tinuran?

Agong.—Ikaw ay gumawa dudukot ng̃ punyal.

Vico.—Ikaw pa ang matapang . . .

Agong.—Wala kang hiya. Lalabas na biglang bigla si Bacocoy at si Pedro.

Ang dalawa.—Ikaw ang lalong walang hiya *sasakalin si Agong ng̃ dalawa maglalabasan ang mg̃a obrero may mg̃a dalang garrote.*

Agong.—Bakokoy ¿bakit ka nakapang̃ usap?

Bakokoy.—Bakokoy, isip mo yata ako'y pipe, kaya pala ibig na ibig mong makisama sa akin dahil sa ako'y pipe, kawikaan mo'y kahit anong gawin mo'y masusunod mo ang . . . pag-aapô-apoan, mula ng̃ ayon iwala mo na sa isip mo ang pang-uulol at nahahalata ka na.

Agong.—Pedro, tio Pedro huag mo akong sakalin.

Pedro.—Tatawagin mo pa akong tio Pedro ganyan pala ang ugali mo, wala kang ibig úlulin kundi ang pinakikinabang̃ an. Hoy tignan mo, dahil sa iyong kasamaan kita ay kina-aawaan, pagka't anong magagawa ko talaga ng̃ palang masama ka.

Juan.—Maraming kuntil butil ¿lalantakan ko na po? *aambaan ng̃ hampas ng̃ garrote.*

Vico.—Huag, huag at marurumihan ang inyong dang̃ al na sumakit sa gaya niyan, ang marapat na gawin dayukdukin sa hapis at saka bayaan.

Pedro.—Kung gayon alsa tayong lahat. Babalaan at waring *mag-aalisan.*

Agong.—¿Saan kayo magsisiparoon?

Bakokoy.—Huag mo na kaming habulin nğ hindi ka mapahamak.

Lalabas si María may dalang ilaw.

Maria.—¿Sinong panğ ahas iyan?

Agong.—Ako Maria.

Maria.—Ah, ikaw pala, nğ ayon ka lamang namin nakilala kaya pala ibig na ibig mong ikaw ay susundin, ¿ha? taksil, baliw, talipandás, balawis, ganid, halimaw, lilo; sukab, ulupong at . . . ¿Ano pa ba ang masamang na sa diccionario, para maitumbas ko sa sama nğ tawong iyan? ¡Wala na! Husto na, kaya . . . Bakokoy, Pedro, Juan. Handa kayo. *waring aambaan nğ tatlo si Agong.* Susunod ka sa bawa't ipag-utos namin. Sapagka't kami ang madalas sangkalanin nğ iyong pagka lanuang dahil sa mabuti kang manghinğ i nğ contribución, ganitong gawin mo, *isasahod ang caliwang camay,* sapagka't ikaw ang malimit umapi sa kababayan mo, ganitong gawin mo, *isusuntoc ang canan* ipagpalagay mong ako ang bayan *Luluhod si María sa harap ni Agong.*

Lodovico.—Kilanlin ang apô ayaw makisama
  kung hindi sa pawang mauulol niya
  mag mula sa nğ ayon idilat ang mata
  pagka't daig nito ang mğa bívora.

  Ating pamangkaan matingkalang bilin
  nğ bantog na Rizal tumubos sa atin
  kailan man anya at walang alipin
  walang manglulupig walang mananaksil.

  WAKÁS.

  * * * * *

KUNG SINONG "APÔ-APÔ" KASAYSAYAN

=SA AKING BAYAN=

Sa dawag nğ pait, noong kadiliman
pinilit pinigâ sa papel makintal
tanáng pag-ibig kong, di bunğ ánğ â lamang
pag-giliw sa dibdib, doon bumubukal.

Bagá man at kapós sa dunong ay sahól
kapahatáng ito'y hindi iu-urong
kahi ma't sa dugo'y piliting lumanğ oy
pagsisikapan ding ipatanto nğ ayon.

Panahon naman din nğ pagsisiwálat
nğ matandang sakit na sa pusong sugat.
¡Gaya nğ pagtakip! mapanglaw na ulap
sa mğa bituin, anak nğ liwanag.

¡Ilaw ang hinğ î ko! upang matanglawan
ang napatatanğ ay, sa apô-apôan
at kung hindi ito ang gawing tuntunan
ilagay sa limot yaong Kasarinlan.

Ang alin mang bayan, ang alin mang hulô,
ang alin mang pook, pag may Apô-apô
ay hindi uunlad, may magandang pusô,
ang santong matuid palagi nğ likô.

Pagkathâ ko nito bumabasang giliw,
hindi ko na náis ang ako'y purihin
kapamanhikan ko't mataos na lambing
kung babasahin mo, ikaw'y magsalamin.

Dahil sa alám kong panitik ay básal
kung isulat ko pa'y sumasalagalsál
kaya't balang letra'y mayrong kalabûan:
bahálang puntero nğ babasang pahám.

¡Bayan ko'y malasin! ang pagsusumakit
nğ bawâ at pahat sa iyo'y ninibig
sukdang salsal, pulpól ang aking panitik
di nag-alinlanğang sa pula'y mabulid.

=Pantaleon S. Lopez.=
Calle Narciso No. 59 (Pandacan.)

I.

Kung sinong Apô-Apô.

Nang unang sábado nğ̃ Mayo taón 1908 mayroong nangyaring nakalalagim sa pusong dalisay, sa isá sa mğ̃a bayang sakop nğ̃ Kamaynilaan. May pinalabás na dulâ na di iba't ito'y ang: «Apô-Apô» pamagat nğ̃ zarzuelang iyon. Alay nğ̃ may kathâ sa sariling bayan, obrang walang tinutukoy kundi lumiwanag ang punô nğ̃ dilím na pinaguulapan, dito'y may Apô-Apôang nanood sa nasabing palabás; ito'y isáng tawong pinakahari nğ̃ kadiliman kaya't ang kanyang panğ̃ alan ay: Agong kadiliman; isáng tawong kalaban nğ̃ liwanag, isang tawong kalaban nğ̃ kanyang pinakikinabanğ̃ an, isang malimit gumahasâ nğ̃ katwiran, hindi matangkad, hindi pandak ay kulang sa sukat: hindi katandâan nğ̃ uni't maputî anğ̃ anit nğ̃ ulo. Sa ganito'y bahalang magkurô ang irog na bumabasa, kung gaano ang buti't sama ni Kadiliman. Ating pagmasdan ang nangyari sa loob nğ̃ dulaan samantalang itinatanghal ang «Apô-Apô:» Nğ̃ sumapit ang *escena* na pinipilit papilmáhan ang isang kasulatan upang ito'y ihalal sa pagpupunô dahil sa itong laging panaginip ni Agong na siya ang punô sa lahat, na ayaw pilmahan ni Totong nğ̃ alan nğ̃ ayaw pumilma sa obra, walang isinásagot kundi ganitó:

Ang laya nğ̃ tawo'y dapat mong igalang
pumili nğ̃ ibig kanyang maibigan
yaong *casiquismo'y* dapat mong ilagan
sa pagka at siyang sa iyo'y papatay.»

Nang ito'y madinig ni Kadiliman na binangit ni Totong ang kanyang sugat, waring nag dilim ang mg̃a paning̃ in, na alinsañg anan at sinabayan nang tindig na waring sumusuling na banak, siya'y napuná ng̃ isang *filosopito* na sa kanya'y nakapansin, kaya't tinanong ng̃ ganito:—¿Bakit namumula ka?—Naiinitan ako ang sagot.—¿Sa daming tawong nandito ng̃ ayon, ikaw lamang ang naiinitan?—Masamang obra iyan, ang pagigíl na sabad ni Agong Kadiliman, anyong pa-alis na hinihimas ang anít niyang tuktok.— Hintay ka muna ang paampat na sabi ng̃ kausap.—Hwag mo akong pigilin at ako ang pinatatamaan ng̃ obrang iyan, ang paang̃ íl na sagot ni Kadiliman.—Halika ang pabanayad na salita ng̃ *filosopito*; ipalilinaw ko sa iyo ang *Teatro*, Dulaan diumano, anáng mg̃a manánagalog; ang Teatro. Ayon sa sabi nang bantog na poetang si *Ciceron* «salamin anyang mapaná-nalaminan ng̃ pag-uugali» kung ikaw ay talagang pang̃ it at kung talaga kang ganoon. ¿Bakit ang salamin ang kagagalitan mo? gayon din naman. Kung itong talaga mong gawa: ¿Bakit ang obrang iyo ang kagagalitan, at hindi ang sarili mo? Kaya't kung ipinalagay mong ikaw ang namimilit paboto, at ibig gumahis sa layâ ng̃ tawo, bagohin mo na't kahabag-habag ka lamang. Sa madinig ni Kadiliman ang salitang ito ni *filosopito* uming̃ os at sinabayan ng̃ alis, kahit hindi pa natatapos ang palabás, natawa ng̃ lihim si *filosopito*, sinabi sa sariling marahil ikaw ang *Casique* sa bayang itó.

II.

Ang pag-owi sa bahay ni Kadiliman.

Dumadagundong nğ pag akyat sa bahay niyang sarili si Kadiliman, at siyang dahil nğ ikinagulat nğ kanyang asawa na waring na aalinpunğ atan, si Kadiliman ay ku-kumpas-kumpas, lakad nğ lakad sa loob nğ bahay, at manakâ nakang nagbubuntong hininğa kasabay ang salitang ¡gaganti ako! at sasabayan nğ upo sa mésa at pipigilan ang pluma, isasaw-saw sa tintero, si Lolay namang kanyang asawa ay nakasubok at namamanghâ nğ labis sa kay Kadiliman, at sa kanyang sarili ay binuka sa bibig ang salitang: ¡na u-ulol yata itong aking asawa! tutop na ni Agong Kadiliman ang kanyang makitid na noó; biglang lumabas sa silid si Lolay niyang asawa at tinanong nğ ganito:

—¿Ano ang nangyayari sa iyo? nğ asab nğ nğ asab si Kadiliman at hindi pansin ang asawang nagugulumihanan sa kanyang ayos, at biglang naghimutok si Kadiliman natín, sinabayan pa nğ sabing ¡Pater Filus Patris! ang kahulugan ama, anak ko't mğa kapatid ang hininğa ko'y nagkakasabid-sabid, muli na namang tumanong si Lolay:

—¿Anong nangyayari sa iyo?

—¡Ay! . . . ang mabanayad na tugon ni Kadiliman maputlang maputla.

—¿Bakit?

—Natatanto mo ang sagot ni Kadiliman si Autor. Hito'y gumawa nğ retrato ko sa teatro, kaya't kung aking pakiramdaman ang mğa mata nğ nag sisipanood sa akin ang tinğ in, kaya't hindi ang hindi ko sasagutin, dahil sa talos mong malapit nğ mag eleccion ó mag halálan para concejál, ibig kong magprisinta nğ candidatura. Kung paniwalaan nğ taong kalahatan ang pagpapaliwanag na iyan ni Hitô pehong-pehong hindi ako ang lalabas kaya't kahit pabalubaluktot mag iisip ako nğ paraan upang pagulapan ang mğa matá nğ mğa maghahalal.

—Katwá kang tawo ang pakli ni Lolay, dapat mong isipin tayo'y may labis na kaya sa kabuhayan na minana, ko sa aking amang si Pirong Botete ¿Bakit mo pá hahanğ arin ang panunungkulan?

—Ulol na tawo ito, ang pa-anğ il na sagot ni Kadiliman, hindi iyan lamang ang mangyayari kundi mawawalan sa akin nğ pagkakatiwalâ ang lahat.

—¿Bakit, ang sagot ni Lolay na nanğ anğ aligid sa dalawang mata ang luha?

—Magtahan ka, ang sagot ni Kadiliman, at hindi mo dapat maalaman ang kalihimang ito, sulong, matulog kana, muli na namang nagbubububulong; hindi maubos madili ni Lolay ang ligálig na ito nğ asawa niyang irog kaya't napilitang nanğ usap nğ : Hito pala lamang ang may sulat niyan, di bayaan moná baká ka pa matibô, at sinabayan nğ hatak sa kamay na may pluma tayo na asawa ko; batak-batak hangang sa kanyang hihigan at saka lamang na tahimik si Lolay, bakit mag-uumaga na; anopa't nang nakahiga na si Kadiliman, ay satuina't magigiling ang matá sa paghiga, bigláng nagugulantang na tila na wawari ni Kadiliman na siya'y binabatak nang mğa kaluluwa sa Purgatorio na nagsipagbayad sa kanya bago málibing, at ang isa sa mğa kaluluwang ito'y nanğ usap nğ malumanay na waring nangagaling ang voces sa ilalim nğ lupa ganitô ang sabi nğ kalulwa: Kadiliman, Kadiliman, magsisi ka nğ iyong sala ¿saan mo dinádalá ang kwalta nğ mğa patay bago ibaon? Hwag kang mang-ulol sa kababayan mo, liwanagin mo sa iyong mğa kasáma ang bagay na nasaiyo, nğ matapós masabi nğ kalulwa ang bagay na ito, napabalikwas si Agong Kadiliman ang isa pa'y umaga na; nagbihis na madaling madali at tinunğ o ang bahay nila Bakokoy,

III.

¡Ang pakikipagkita ni Kadiliman sa canyang mg̃a casama!

¡Ay Bakokoy! ganito ang unang taghoy ni Kadiliman, na akmang paiyak, ¡bigyan mo ako ng̃ kaunting Hiniébra! ¡hindi pa ako nag-aalmusal! si Bakokoy naman tila ng̃a ibig mahabag sa kanyang maestro ng̃ mapagmalas ang anyo, na tulad sa corderong maamo, dahil na si Bakokoy baga man hindi pipe, talagang may ugaling sacristan kahit tanto niyang likô ang gawa ng̃ kanyang maestro, amén na lamang ng̃ amén, kaya't ganito ang unang tanong ng̃ ating Bakokoy: ¿Bakit ano pong nangyari sa iyo? pag hindi ko sila hinamon ng̃ away talo ako! sapagka't si Bakokoy ay magaling daw na estocador natatalastas ninyo ang pasigaw na sabi ni Agong pinatamaan kayo, ¿hermano mayor po ba sa kandila? ang sabad ni Bakokoy sagot ako sa huli, limang piso pa ang aking contribución; hindi, ang marahang sagot ni Agong kundi noong palabas ng̃ ikalawa ng̃ Mayo ng̃ taong 1908 di umano'y mg̃a hang̃ al daw kayo kaya ng̃ ayon din tawagin sila Tarorang Susô, Ponsa Kaligay, at Giday Lasenga ng̃ matalos nila ang kanilang gagawin; kumaraykay naman ng̃ takbo si Bakokoy na iimbol-imbol ang tiyan pinagtatawag ang kanyang mg̃a kasama; natawá ng̃ lihim si Agong Kadiliman at sinabi sa kanyang sarili: Ako ang pinatama-an ng̃ obra ni Hitô sasabihin ko kina Bakokoy na hindi ako, kundi silang aking mg̃a kasama at sina Tarorang Susô; oo, oo, ito ng̃a ang mabuti, halos walang kalahating oras narito na ang mg̃a tinawag, lugay pa ang buhok ni Tarora at si Ponsa naman hindi na nakuha ang magtapis, at si

Giday naman ay may kalasingang humarap sa pulong, ganito ang unang lantak ni Kadiliman: Mga kapatid: Isinasauli ko ang aking tungkol na pagka presidente ng ating kapisanan, ang pamagat ng kanilang kapisanan ay «Pinag-uulapan»; isinasauli ko ang aking tungkol na pagka secretario, isinasauli ko ang tungkol kong pagka Tesorero, sa makatuid ang tatlong tungkuling aking taglay isinasauli ko na dahil sa maraming naiingit; noon naman ay nakasubok si Tenteng Kamagong na isa din sa mga kasapi ng samahang, Pinagu-ulapan, sapól ang sikmura at nag-iihit ng tawa, naling on-ling unan siya ni Lasenga, kaya't tinanong ng : ¿Bakit nag-iihit ka ng tawa? tumugon si Tenteng Kamagong ng : niloloko tayo at sinabayan ng kaskas ng takbo pagka't alam niyang Lasengo't Lasenga ang kanyang kausap, ipinatuloy ni Kadiliman ang kanyang sermón na waring namamaos ang voces ng pagsasalita; kagabi anya nanood ako ng teatro; ay pinalabas doon ang buhay ninyo at hindi ang buhay ko, hindi ko na sasaysayin ang kalahatlahatan, kundi lahat na lamang ng makailang an; kayo di umano'y pipe, bulag, kimaw, pilay at bing i, si Hitô anya'y kaibigan ko, kaya't hindi niya ginawa iyón para sa akin kundi udyok lamang nang mga naiingit sa akin; (tumalikod ang Kadiliman natin at ng umitî ng lihim, sinabi sa kanyang sariling: Hindi ko sasabihin sa inyong ako ang pinatatamaan ng di ninyo wikaing ako ng a'y talagang ganoon), hinarap na naman ang mga kausap at ipinatuloy ang pagsasalita kaya't ang marapat lahat ng palabas na gagawin ni Hitô huag ninyong papasukin, sa á diez y seis may palabas na naman, sabihin sa ating mga kapanalig na huwag pasukin; ang panabay na sagot ng mga kausap, lalakad na kami ng maibansag sa lahat na huwag pasukin at boycotage ang gawin sa sa palabas na iyan, naghiwahiwalay na patumba-tumba ang laseng at lang o.

IV.

Kung ano ang Teatro at pagkikita ni Tengteng Kamagong at Agong Kadiliman.

—Si Kadiliman ay nakahampilas sa isáng *Bar* at waring malainibay, siyang pagdaan ni Tenteng Kamagong na nakabastipol tinawag ni Kadiliman at ganito ang bati.

—Halika nğa Kamagong.

—¿Ano ba Kadiliman tila nagdidilim ang panğ anorin mo, ha?

—Hindi katalasan lamang ang pakli ni Kadiliman. ¿Bakit ba umalis ka't di mo tinapos ang pagdidimite ko nğ cargo?

—Mangyari, ang sagot ni Kamagong, walang makatatangap nğ *cargo* mong iyon.

—¿At bakit? ang sagot ni Kadiliman, na waring nagmamalaki.

—Sinong ulol ang tatangap nğ tatlong cargo, sa isang kapisanan?

—Mangyari iyon ang talagang ibig ko, at tanğ i sa roon walang makapanğ anğ ahás sa ating mğa kasapi upang humawak nğ pagka Presidente, pagka Secretario at pagka Tesorero; ¿Hindi ba talagang mayroon? sa hindi inaasicaso. ¿Paanong ibig mong sabihin? Kaya ginaganap ko nğ lahat, ang pagalít na sagot ni Kadiliman.

—¿Bakit hindi kapagkaraka'y ipinagbigay alam mo sa kapisanan na di tumutupad ang Tesorero at Secretario nğ makapaghalal nğ iba't sinarili mo?

—Hindi mo ba tantong bawal sa alin mang kapisanang mapísan ang tatlong cargong iyan sa isang tawo? ¿Kung pumarito sa iyo ang fiscal general at hinğannğ cuenta ang secretario ikaw ba ang magpipirisintá nğ kasulatan? ¿Kung hinğ in sa iyo nang fiscal ang linaw kung magkanong naiipong kwalta nğ samahan sa mğa ambagang ating nagawa? ¿Paanong gagawin mo? ang lanták ni Tenteng.

—Ipakikita kong lahat ang nariyan, ang sagot ni Kadiliman.

—¿Kung sabihin sa iyo nğ fiscal, na ginasta mo ang kalahati?

—Ipagpipilitan kong hindi, ang sagot ni Kadiliman.

—¿Maniniwala na ba sa iyo ang fiscal, na ikaw ay malinis sa hinugasan, kung wala kang ipakitang katunayan? sa ang gawâin nğ tatlo'y ibig mong kamkamin, danğan ang ikaw ay sabík sa tungkol, danğan anğ kami yata'y ibig monğ lokohin, danğan ang ikaw ay napakamangmang; makita mo't ikaw din ang magsisisi pagdating nğ araw, ang paala-ala ko sa iyong ito'y hwag mong masamain pagka't mangyayaring ikaw ay mapaghimasukan nğ fiscal dahil sa ang gawa mong iyan at ang kwaltang naiipon sa iyo ay hindi mo kualta kundi pilak nğ marami, na dapat matanto nğ kapulunğang namamahala, hindi nğ isang tawong namamahala sa isang kapisanan; ganiyang lahat ang kapisanan, tungkol nğ Presidente ang manğ ulo sa lahat nğ bagay na kailanğ an, tungkol nğ Secretario ang mag-inğ at nğ mğa kasulatan nğ kapisanan, tungkol nğ Tesorero ang mag-inğ at nğ kayamanan nğ Kapisanan, kaya't ang tatlong tungkuling ito dapat sa tatlong tawo, nğ upang lumiwanag ang pagsasamahán, ang Secretario na may tanğan nğ manğa kasulatan siyang dapat na maka-alam nang kwaltang na sa tagoan, dahil na siya ang may hawak nğ kasulatan, ang Secretario ang dapat maghawak nğ kasulatan ó makaalam sa mğa nangyayari sa kapisanan, dahil na siya ang gumagawa nğ *acta* at ang Tesorero ay dapat magkaroon nğ kapanagutan sa kapisanan nğ itinatago niyang kwalta, kung magkano man, ayon sa kasulatang taglay nğ Secretario na kanyang pipilmahan; ang Presidente ó pinakapanğ ulo nğ Kapisanan, ang kailanğang magsuri kung tama ó hindi ang inaanyo nğ dalawa niyang katulong, kung sakaling hindi tama ang sino man dito, siyang bahalang magpaliwanag sa mğa kasapi, kung tamâ naman, ay pipilmá din siya sa kasulatan sa ilalim nğ wikang *Visto Bueno*, sa makatwid ang kahulugan: nasiyasat kong mabuti, dumating man ang fiscal mag reclamo man ang kahit sino, maliwanag ka sa iyong tungkol, dahil na tatlo kayong nananagot sa lahat nğ mangyayari; hindi ganitò ang gawa mo, kundi tila ka, si Tiberio Cezar ang maibig ay dapat papangyarihin hindi ka naman emperador. ¿Bakit ibig mong mag Empera-emperadoran? at sa tagalog naman ibig mong mag Apô-Apô.

—Hinawakan ni Kadiliman ang paraskó nğ hiniebra at lalantakan si Tenteng at sinabayan nğ wikang: naiingit ka yata.

—Hindi ako naiingít ang pailag na sagót ni Tenteng, kundi: ikaw na ang Presidente, ikaw pa ang Secretario at ikaw pa man din ang Tesorero, at kung dumating pa ang fiscal ibig mo pa manding pang Apôan, baligtad ang bituka mo.

—Marahil isa ka sa nagsulsol sa kay Autor Hito; mğa ingitero, ang paismid na sabi ni Kadiliman.

—¿Bakit? ang patawáng tanong ni Tenteng.

—Buhay ko ang pinalabás sa Teatro noong ika 2 nğ Mayo, ang sagot ni Kadiliman.

—¿Bakit, binangit ka ba?

—Hindi nğa ang tugon ni Kadiliman, nğuni't katulad na katulad nğ aking ugali ang asal ni Tio Agong sa obrang Apô-Apô na itinanghal.

—Hwag kang pahalata, ang pakli ni Tenteng; kaya't dingin mo't ipaliliwanag ko sa iyo kung ano ang Teatro. Ang Teatro ay bahay aralan nğ pag-uugali, at salaming mapananalaminan nğ nanonood, batyagin mong magaling itong aking sasalitín: Kung ikaw ba'y may kalasinğan na waring namumunğ ay ang mata mo, ikaw ay mauban, mapula ang mğa puti nğ matá mo at saka ka manalamin. ¿Hindi kayâ panğ it ang makikita mo sa salamin?

—Mangyari, ang pabigláng sagot ni Kadiliman.

—Bien katoto: Ang pabiglá din namang sagót ni Tenteng, nğ uni't … ¿Sino sa inyong dalawa nang salamin ang may kasalanan, ikaw ba ó ang salaming napalaminan nğ iyong panğ it na pag-uugali?

—Walâ kaming kasalanan kapwa, ang tugon ni Kadiliman.

—Humalakhak nğ tawa si Tenteng; sa bibig kita nahuli ang pasigaw na sabi in Tenteng, Kamagong; e . . . ¿Bakit mo kinagalitan si Hito?

Mangyari sinulsulan lamang siya nğ mğa naiingit sa akin, ang marahang tugon ni Kadiliman, tulad din naman sa pagsulsol ko na hwag pasukin ang palabás ni Hito.

—Malî ang iyong akalà na iyan ay sinulsulan lamang, at idinugtong pang sabi ni Tenteng, marahil ganyan ang gawa mo kung kaya ka nagdamdam; nğ masabi ito ni Tenteng nilabnót ni Kadiliman ang kanyang ulo't umuwing dalidali, lumakad na naman nğ patuloy si Tenteng na humahalakhak nğ tawa.

V.

¿Anong laya nğ isang tawo?

Sa pág-uwi ni Kadiliman, natagpô nito si Goring na pinakamaganda sa bayang yaon, at ganito ang unang bati ni Goring: Tio Agong.

—Hindi ako ang si tio Agong, kundi ako ang si Agong Kadiliman ang naging tugon.

—¿Bakit ka bulong nğ bulong? ang pamanghang tanong.

—¡Ay Goring! . . . ang pahinagpis na lantak ni Kadiliman; alang-alang sa ganda mong taglay, sa buti mong pag-uugali, sa karununğan mong magwikang inglés, sa kanipisan nğ iyong labi at pagkamairugin mo sa kababayan, ako'y iyong tulunğ an.

—¿Sa ano? ang tanong ni Goring.

—Nang pagpatay kay Hitô.

—Kung huli mo na madali kong patain.

—Hindi ko nğa madakip, napakadulas.

—¿Ano bang samâ ang ginawâ sa iyo?

—Sumulat nğ zarzuelang tulad na tulad sa aking pag-uugalî.

—Sa makatwid tawong, ang panğ alan ay Hito. ¿Bakit naman natin papatain, at papaanong gagawin nating pagpatây? kababayan pa naman yata natin.

—Ow . . . Goring, bayaan mo na nğa ang kababayan kung siya namang magiging dahil nğ hindi ko pagkaluklok sa pagka *consejal*, kung maaprobahan na ang *Bill* Adriático; at ang pagpatay na ating gagawin ay ganito: ipananabi mo sa lahat na ang obrang yaon ay masama huwag mong sabihing sa akin patama, sumulat ka sa periódicong «Manila Times» at «The American» pagka't magaling ka rin lamang sa wikang inglés, pag ito'y hindi mo ginawa, tatampuhan kita, talos mo na . . . at pag aco'y naging *consejal,* ako ang bahala sa iyo upang ikaw ay . . .

Nang marinig ni Goring ang ganitong saysay ni Kadiliman; umalimpuyó sa kanyang dibdib ang ñg̃ itñg̃ it, galit, yamot na halos kuyumusin ni Goring ang dila't labi ni Kadiliman at nag wika ñg̃ gayari: tantoin mo Agong Kadiliman ñg̃ ayon ay hindi tagdilim, kundi tagliwanag; kaya't kahit maging kahulihulihan, cargador, bankero, sakatero at magbubukid ay nakatatanto na ñg̃ kahulugan ñg̃ tinatawag na *libertades individuales* ó layâ ñg̃ bawa't tawo; hindi ñg̃ anĝ ayon lamang isinisigaw ñg̃ bayang *filipino* na nais namin ang magsarili, ó *Ang Independencia* kaya't tandaan mo itong ipagtuturing: magkaroon man tayo ñg̃ *Independencia* ó pagsasarili, at buháy ang *casiquismo* ó pag Aapô-apôan, wala din tayong kahihinatnan.

—¿Bakit? ang papaós na tanong ni Kadiliman.

—Mangyari, kailan ma't may Apô-Apôan na sa pagluha ang matwid, sa dahilang ang Apô-Apôan, ay walang tinutumpang landasin ñg̃ matwid, kaya't ito, ang kalaban ñg̃ katwiran, ikaw ay maglinĝ on linĝ on sa lahat ñg̃ sulok nitong Filipinas: maging sa Kapisanan ñg̃ mg̃a obrero, maging sa Kapisanan ñg̃ politico, maging sa Kapisanan ñg̃ religioso, maging sa Kapisanan ñg̃ manĝ ánĝ alakal at iba't iba pa, kailan ma't may Apo-Apoan, pakaasahan mong ang kapisanang iyan ay hindi susupang; gayon din ang nangyayari sa isang bayan, ganyan din ang nangyayari sá isang nasyong mayroon niyan; kailan ma't may Apô-Apô ang lahat ñg̃ matwid ay palikô. Iyan at iyan din ang naging dahil ñg̃ pagkayukayok sa sala ñg̃ sangkataohan na hindi kumilala sa utos ñg̃ Diyos, iyan din naman ang naging sala ni Caín sa kanyang mg̃a magulang at sa Diyos, sa kaibigan ni Caíng siya'y mátampok sa kapurihan, siya ang pumatay kay Abel na tunay niyang kapatid; itó ang iyong katulad na hindi mo ibig na ikaw ay tanawin sa mababang ayos; kaya't iwalay mo na sa isip mo ang pag-uugaling iyan at iyan ang mainam na gamot sa iyong bugók na utak, sa dahilang ñg̃ ayon ay nanaog na ang mesias na tumubos sa sala ñg̃ sangkataohan taglay ang ilaw ñg̃ kaliwagan, upang ang nadidilimang pag-iisip na gaya ni Caíng pumatay sa tunay na kapatid at kawang̃ is ng̃ mang̃a kapatid ni José *Vendidong* nagtakal sa tunay na kapatid ay pagliwanagan; at sa Filipinas nama'y nanaog na ang mesías na Rizal na tumubos sa sala ng̃ kadiliman, taglay ang mga aral niya upang magliwanag ang kapilipinuhan, na napakukuyumos sa mapag Apô-Apô; kaya't ang mapagpalang Gobierno Americano ay naglagdâ ng̃ kautusan; *Bill* na ang bawa't tawo'y makagágawa ng̃ kanyang maiibigan kailan ma't hindi sisinsay sa talatang utos, ang sino man suminsay ay may katapat na parusa; kaya't huag mong pagnasaang patayin sa gutom si Autor Hitô, sa dahilang iyan ang ipinagpapatid uhaw ng̃ iyong kababayan sa kanyang mga anak; layuan mo na ang asal Caín na . . . sa nasâ mong ikaw ay magíng *Consejal* ay ipápahamak ang isang mag-anak; ng̃ masabi ni Goring ang mga huling salitáng ito ay nahilo si Kadiliman, siya namang pagdatal nila Bakokoy, Posotsoy at Tarorang Susô na siyang kumalga kay Kadiliman at naghatid sa kanyang bahay.

VI.

Nğ si Kadiliman ay nahihiga dahil sa sakit na taglay.

Payat na payat si Kadiliman dahil sa siya'y nagkaroon nğ sakit magmula nğ mapagkaalaman ang kabulukan nğ kanyang pusô, hindi napagkakatulog ang kahabag-habag dahil sa ubo, kaya't ang palaging tağ urî niya ay ganito: ¡Ay! sasasalin nğ ubo; ubo, ubo, ub . . . ¡ay! pag hindi ako ang naging *Consejal* mabuti pang ako'y namamatay na, sasasalin na naman nğ ubo; ubo, ubo . . . ub . . . mananaghoy na naman nğ . . . bulok na ang aking puso sa kinakakain nğ hindi ko dugo, ¡mğa ingitero! ang panğ após na buntong hininğa kung hindi ninyo sinulsulan pehong pehong ako ang *Consejal*; nğ ayon hindi ko maalaman ang mangyayari; hindi pa halos natatapos ang mğa salitang ito ay siyang pagdating nila Bakokoy, Posotsoy at Tarorang Susô na nagpapananğ isan, niyakap ni Bakokoy si Kadiliman at ganitó ang wika: kahabag-habag ka Kadiliman, hindi ikaw ang lumabás na *Consejal* naháhalata na pala nğ tanan, na inuulol mo kami; hagulgulang umaatikabo nğ iyák ang tatlo nila Bakokoy, Posotsoy at Tarorang Susô, nğ marinig ni Kadiliman ang pananambitan nğ kanyang mğa inuulol, nagninğ as ang matá na waring nanunulig, sinasal nğ sunodsunod na ubo; ubo . . . ubo . . . ubo . . . ub . . . biglang napahiga at nawalan nğ diwa na waring naghimatay; sigaw doon sigaw dito ang mğa kampon niya, asawa't mğa anak, walang isinisigaw kundi: ilaw, ilaw, ilaw upang magliwanag.

VII.

Nğ Pagsaulan na nğ hininğa si Kadiliman.

Si Kadiliman; ay nakahimpil sa isang sulok nğ kanyang bahay at na tatanikalaan, dahil sa nananakit, pagka't na wala sa lugal ang *tornillo* nğ isip, sa makatwid ay na ulól, sa mğa oras na ito'y pinaglalaroan nğ mğa demonio, ang sabi ni Lucifer na hari sa infierno'y ganito: ¡Kadiliman! magbawa ka na nğ iyong ugali; sa tuina't ibubulong ito ni Lucifer sa kay Kadiliman; kinakagát ni Kadiliman ang tanikalang nakatali sa paa't kamay, bubulunğang naman nğ isang kalulua't ganito ang sasabihin: ¡Kadiliman! ¡Kadiliman! huag mong sisirain ang ibinayad ko nğ ako'y bago ilibing; sa dahilang ang Kadiliman nating ito, ay may ugaling suminğil sa kanyang mğa kasapi bago ipalibing kung sakaling mamatay. Samantalang si Kadiliman ay pinaghihilahanan at binubulunğan nğ mğa demonio't kalulwa; ay nanduduling ang dalawang mata't ibig manğ agat, pasag doon paság dito na parang León ni Charini at saka sisigaw nang: nğ ayo't ako'y nang-uulol sa aking kababayan naiingit kayo sa akin, bubulunğan naman nğ kalulwa nğ isang frayle at ganito ang ibinubulong kay Kadiliman; ¡mal agradecido! ¿Hindi ba ikaw ang nagpasasa sa aking káyamanan? ¿Bakit ako pa ang iyong mamasamain? ¡Mal agradecido! sapagka't si Kadiliman ay manugang nitong Frayleng nagdurusa sa infierno ang kalulwa, dahil sa mğa kayamanang yaon na pinakikinabanğan ni Kadiliman, nğ uni't si Kadiliman ay madalás magalit sa frayle noong hindi pa nau-ulol, at talaga nğa namang masama ang mğa ginawa nğ frayleng itó noong siya'y nabubuhay, ito'y hindi kaila sa madla. ¿Bakit ga ibig mong tularan Kadiliman? Itó naman ang tanong ng̃ ating Lucifer—Ang frayle pala'y masama kaya't huag mong tularan ang gawa niyang pamimilipit ng̃ bulsa ng̃ iyong kababayan, at ang guinawa nila sa atin noong una, gaya ng̃ guinawa mo kahapon sa kaibigan mong ikaw ay igalang ng̃ boong mundo, nanakál ka ng̃ mahihina, sinangkalan mo ang iyong bayan; kung ibig mong maligo, «ikaw ang mag handa ng̃ iyong gugô,» samantalang ibinubulong ng̃ Demonyo kay Kadiliman ang mg̃a salitang ito, nana-nalas ang matá ni Kadiliman na animo'y pusang bagong pang̃ anak, kaya't sumigaw ng̃ ubos lakas na: Lumayô na lamang kayó sa harap ko babagohin ko na ang pang̃ it kong pag-uugali, nag-inugong na biglang biglá, siyang naging dahil ng̃ panu-numbalik ng̃ isip ni Kadiliman na parang naalinpung̃ atan.

VIII.

Nğ hinğan nğ liwanag si Kadiliman ni Giday Lasenga.

Masayang-masaya si Giday Lasengang lumalapit sa kinahihigan ni Kadiliman, taglay sa kanang kamay ang parascó nğ Hiniebra at sa kaliwa'y isang látigong panghampás sa kabayo't ganito ang sabi ni Giday: Lintik! Lintik! Lintik! sigaw na halos magiba ang bahay ni Kadiliman at sinabayan ito nğ hampas nğ latigo, parol anyá ang taglay ko nğ tayo'y magliwanag. ¿Bakit ka nang-uulol Kadiliman?

—Marahang sumagot si Kadiliman nğ ¡¡¡ay!!!

Nanğ anğ apos ang hininğa mo, ¿ha? at biglang pinilantik nğ látigo ni Giday.

—¡Ay Giday! ang pabuntong hininğa ni Kadiliman, nğ ayon lamang nagsipanaw dito ang mğa demonyo at mğa kaluluwa nğ mğa ibinabaon na nag bayad sa akin bago ilibing, at ang kalulua nang bienan kong frayle na inubos ko na ang kanyang kayamanan, tanto mo na ang aking ugali daig ko pa ang kurang tunay, dahil sa akin nagbabayad ang bawa't ilibing. Ahá nahuli din kita, ikaw palá ay nagkukurakurahan pa, ang pasigaw na lantak ni Giday Lasenga; at sinabayan nğ píral sa tainğ a, samantalang dinadaklot ni Giday ang pinğ ol nğ tainğa ni Kadiliman sinabayan nğ salitang: isaulî mo ang iniambag ko pagka't kundi ipagsusuplong ko sa may kapangyarihan ang asal mong iyan; dahil na si Agong Kadiliman, ay isang taong sadyang may ugalî noon pang hindi nagkakaramdam na manghinğ î nğ contribución, sa kanyang mğa kasamahan at sinasangkalang laguî sa nais niyang ito, ang nğ alang nğ Kapisanan; kaya't dinagdagan ni Giday ng̃ sabing kahabág-habág sa iyo ang taong magtiwalâ, kawâ-awâ ang Kapilipinuhan kung patatang̃ ay na lagî sa gaya ng̃ iyong masamang nasa, at kahapis-hapis ang isang bayang sipután ng̃ gaya mong taksil, kaya't isaulî mo ng̃ ayon din ang mg̃a nai-ambag ko; ng̃ kasalukuyang sinasalita ni Giday ang kakilakilabot na ugali ni Kadiliman ay sinasal ng̃ ubo't nang̃ ing̃ inig ang boong katawan na animo'y isang nádakip sa pang-uumit ng̃ masarap na pagkain, at siyang dahil ng̃ ikinabulagta ng̃ ating Kadiliman.

IX.

Nang napanaginip ni Kadilimang siya'y kausap
ñg isang makata.

Si Kadiliman ay nakahigâ sa isang katren pinamutihan ñg maraming hiyás, may mesang mabilog sa tabi nito, ilawan ñg mayaman sa pagtulog at lubhang matahimik ang anyo ñg gabi na halos inaagaw ñg umaga ang pagbubukang liwayway, ñg si Kadiliman ay nanaginip ñg gayari:

Lumayo ka, ang sigaw ni Kadiliman na halos binabatak ang paghiñg a.—Hindi kitá malalayuan, ang sagot ñg makatâ, ayon sa kanyang nanaginip, sa dahilang ito ang aking panata, at sinalaksak si kadiliman ñg pluma ó panitik sa mukhang matagihawat; dinugtunñgan ñg wikang:—Huag mong wikain Kadiliman na ang aking panitik ay padadalá sa sulsol, gaya ñg iyong akala; ah; alibughang asal, sinaksak na naman ñg panitik sa mapulang puti ñg matá si Kadiliman, siyang pagkagising ni Lolay at ginising ang Kadiliman nating binabañg uñg ot sa kasamaan niyang taglay.—Asawa ko, ang palambing na pag-gising ni Lolay.—¡Kaunting tubig, ang binuka sa bibig ni Kadiliman, karaybay na ñg pagtakbo si Lolay upang kumuha ñg tubig at pinainom si Kadiliman—¡Ah Asawa ko! iganti ninyo ako kung sakaling ako'y mamatay—¡Nakú! ang pagigil na wika ni Lolay na lumagaslás sa matá ang luha, ¿Bakit?—¡Ay asawa ko! ang banayad na tugon ni Kadiliman; ako'y nanaginip, ako'y binañg uñg ot, ang aking napanagimpan sinalaksak daw ang aking mukha ñg isang makatâ—Mulî na namang bumalong sa mğa mata ni Lolay ang luha't nañg usap ñg . . . ilayô mo na sa loob mo ang pakikipagtung-galî sa mg̃a ganyan; ng̃ marinig ni Kadiliman ang salitang ito ng̃ kanyang asawa napabang̃ on kahit gumugulapay at nang̃ usap ng̃ pasigaw—Hindi mangyayari, sapagka't ¿paano ang aking nasa sa pagcoconsejal? ¿Hindi mo ba tanto't kung kayâ ko pinagpipilitang maalis si Dr. noon 905 sa tungkol na pagka *consejal*, ng̃ ako ang mahalili? ¿Hindi mo ba alam na kung kaya ako nagnasyonalista ng̃ ako'y magkaroon ng̃ katung̃ kulan? ¿Hindi mo ba natatalós na kung kayâ ako naghimasok sa kapisanan ng̃ mg̃a panday; ng̃ ako ang maihalal na Consejal kung maaprobahan ang *Bill Adriático* at . . . ? ¿Hindi mo ba natatatap na kahit ako'y magkahirap-hirap ng̃ mapataas lamang sa mataas na tungkol kung mangyayari? ibig kong maging Presidente sa América kung maaarî lang at ng̃ ayo'y ibig mong ihiwalay ko, ang bagay na iyan sa aking panaginip, kaya't bukas ay mamilí ka sa palenke ng̃ marami at maghahanda ako, siya magpahing̃ alay ka, ang sagot ni Lolay.

X.

Ang Pagkikita ní Tenteng Kamagong at Bakokoy.

Komparé! ang patawang bati ni Tenteng Kamagong kay Bakokoy.—
Mahal na Kamagong binabati kita ng̃ boong galang, tumung̃ o si Bakokoy
na umiimbol ang tiyan, ¿Saan ang tung̃ o ng̃ kompare ko?—Sa bahay
ng̃ ating Apô-Apông si Kadiliman ang tugón ni Tenteng—Ako man
kompare ang lantak ni Bakokoy—Bubulung̃an kita kompare; ang batikos
ni Tenteng.

—Ikaw ang bahala, ang paagaw na sabad ni Bakokoy, binatak ng̃
banayad ni Tenteng si Bakokoy at saka binulung̃an ng̃ wikang:—Masama
ang pakiramdam ko sa ating Apô-Apông si Kadiliman ginagawâ tayong
sangkalan ng̃ kanyang pagka talipandás, ng̃ maantilo ni Bakokoy ang
salitang ito ni Tenteng, nagalit si Bakokoy, at pagalit na itinanong kay
Tenteng kung matutunayan ang gayon; tinanong pa ng̃ : ¿Patotohánan
mo ang iyong sinasabi? na pinag surot-surot ni Bakokoy sa mukha ni
Tenteng.—Oh, tingnan na ng̃a lamang ang asal ng̃ Bakokoy na itó ang
pailág na wika ni Kamagong at sinundan ng̃ salitang: Bago ka magagalit,
makapito kang iisip; bago ka matutuá, liling̃ on ka muna sa kana't kaliwâ.
at bago ka magkakatiwala tuming̃ ala ka muna sa lang̃ it, ling̃ onin mo
ang iyong tinalikdan, malasin mo ang iyong hinaharap at tumung̃ ó ka sa
lupa't ng̃ hindi ka magsisi sa huli.—Hindi ko maintindihan ang sinabi mo
ang paismíd na sabi ni Bakokoy—Tuligsain mo ang lantak ni Kamagong:
Ng̃ panahon ng̃ tinalikdang kastila ang Frayle ang hari-harian at mg̃a
fiscalillo ang Apó-Apó.—*Bien*: ang batikos ni Bakokoy, nagulat si Tenteng

Kamagong na nasabi tuloy na: Ahá ¿Biglá mo akong kinastila, há? Hindi kailâ sa iyo ang nangyari na siyang ikinalupasay sa hapis n͠g ating inang Filipinas.—*Bravo*, ang pabiglá namang sabad ni Bakokoy, mulî na namang nagulat si Kamagong at sinabi sa kabiglaanan: ¿Lumálalâ ka? n͠g ayon tatanon͠g in kita ¿nasa katuiran ba ang m͠ga iyan? wala, mangyari m͠ga *romano* ang sagot ni Bakokoy, biglang inagaw ni Tenteng Kamagong ang salitang ito—Hwag natin anyang, dalhin sa *Roma*, ang salitaan ani Kamagong, at tayo'y nandito sa *Filipinas*, ang ating pinag uusapan sa m͠ga oras na ito'y ang tungkulin n͠g mamamáyang tawo dito sa Filipinas, sinasabi n͠g kautusan n͠g Diyos; piliin ang bawa't maibigan; sinasabi naman n͠g *Bill*, kautusan sa Filipinas: Ang bawa't tawo'y may láyang gumawa n͠g kanyang maiisipan, kaya't ang aking masasabi'y ganito: Natanto nating masama ang gawá n͠g *Frayle*, masama din naman ang gawa n͠g *fiscalillo* n͠g panahong iyon, ¿natatalastas mo kung bakit? sa dahilang ang *fiscalillong* iyan ay *amén* n͠g *amén* sa kanyang Apô-Apô; gaya din naman n͠g pag amén mo sa ating Apô-Apô na si Kadiliman, na kapag sinabi sa iyo itatayo niya ang *torre* ni *Babel* n͠g walang kilatis, dudukutin mona ang iyong pesetas para maiambag, kapag sinabi sa iyong igagagapák niya sa loob n͠g tatlong araw ang templo n͠g *Jerusalem* dudukutin mo na ang iyong kahati't walo't ibibigay kaagad, halos iyong inaagaw sa bibig n͠g asawa mo't anak nang walang kinaoowian. ¿Sino n͠g ayon sa inyó ni Kadiliman ang may sála? Tila ako ang sagót ni Bakokoy.—Hindi lamang tila, kundi ikaw na n͠g a; sa dahilang kung walang *consentidor* walang magnanakaw, ito ang kasabihan n͠g m͠ga matatanda, hindi ko salita ito, ang pabalík na wika ni Kamagong. Gayon din naman pag winika sa iyo pumilma ka, pipilma kaagad, pag sinabi sa iyong makipag-away, makipag-away ka naman, samantalang ikaw ay may sariling kalayaan. ¿Ang boto ba n͠g isang mámamayang tawo'y gaanong halaga?—Halagang isang copang sorbetes,—Ah, gungong, iyang pagka Bakokoy mo na malapit-lapit kang maging bakoko, pangulam sa mahal na araw; piniral ni Kamagong sa tain͠g a't sinabing dingin mo itong sasabihin: ¿Iniibig mo ba ang iyong bayan?—Hangang huling tibok n͠g aking hinin͠g a, ang tugón ni Bakokoy na waring nagmamalaki.—

78

Kung iniibig mong gaya n͠g iyong sabi, ani Tenteng, palilinawan kitá. Ang halaga n͠g isang botos n͠g mamamáyang tawo, kahalaga n͠g inang bayan, sapagka't kung makaladkad ang boto mo n͠g isang basong sorbetes at tatlong tanghalian na gaya n͠g ugali ni Kadiliman, hindi ikaw ang papatain niyan kundi ang bayang sangkalan, na nalulugami sa madlang hirap; kaya muli't mulî ang bilin ko sa iyo na bago ka boboto titingnan mo ang ugali n͠g iyong iboboto, ang m͠ga gawâ nito, ang m͠ga ginawâ nito at kung mangyayari, pati pa nang gagawin niyan kailan͠gan mong pag-aralan bago ka bumoto:—Bayaan mo kompare at ganyan ang aking gagawin, ang pakli ni Bakokoy.—Kung gayon kompare tayo na, magpatuloy sa piging ni Kadiliman, tayo na ang sagot ni Kamagong at n͠g maini-init pa ang litsón na ating madatnan, lumakad ang dalawa na nagn͠g in͠gisn͠gisan.

XI.

Ang pagsasalo-salo sa bahay ni Kadiliman.

Si Kadiliman ay malungkot may taling panyong puti sa ulo, palaging napaghihiló dahil sa sakit na taglay, na ayon sa sabi nğ mğa medico ang sakit na itó ay, nabubúlok ang pusô, kaya nanghihina, kung kaya naman napaghihiló nabúbugok diumanó ang utak; nakahilig sa isang mainam na luklukan si Kadiliman, palaging nakatinğ ala't pinag-iisip ang kahapis-hapis na buhay na kanilang napagsasapit na mag-anak; nakasanglâ halos ang boong kabuhayan sanhî sa pag-gugol at pagkakándido, at sa taglay na karamdaman. Siyang pagdating ni Lolay na galing sa bahay sanglaan at nagsanglâ, inabot-abot ni Lolay ang salitâ ni Kadilimang: «Pag hindi ako nagkaroon nğ katungkulan sa taóng itó magpapakamatay na ako.»—Iyan ang masasapit nğ isang gaya mong ibig Apoin nğ lahat, malasin mo itong ating sinasapit na mag-anak, isinangla ko na nğ ayon pati nğ naiwang lupa ni ama, nğ ayon handá na naman itong iyong gagawin, ¡gastos na katakot takot!—Ulol na tawo ito, ang pahikayat na sabi ni Kadiliman. ¿Mayroon bang namuhunan na di nakinabang? pag ako'y naging Diputado, pag ako'y naging Concejal, pag ako'y naging Presidente, sa kanila ko din kukunin ang mğa nagugol kong iyan, ¡siya ineng! iayos mo ang ating handa, malapit nğ dumating sila Bakokoy na ating kapanalig, ang pahimok na sabi ni Kadiliman; pumasok si Lolay sa kálanan upang ayusin ang pagpapakaináng gagawin; siyang pagdating ni Bakokoy at Tenteng, dinatnan nila si Kadiliman sa gayong kalungkutan, nğ makita ni Bokokoy ang ayos nğ kanyang maestro na nakahilig, dahil sa sakit na taglay, nañg aligid sa kanyang namumugtong balintatáw ñg matá ang luha at sinabayan ñg sabing: Maestro kong mahal.—Bakokoy ang palambing na tugon ni Kadiliman, hwag mong babayaan ang ating Kapisanan, hwag kayong makikinig sa masasaráp na sabing madalás magbulid ñg aking kapurihan, kahit pabalubaluktok ang aking sasabihin paniwalaan ninyo, nğ ako'y guminhawa, kahit gawin kong tulay kayo sa aking Kadiliman, ako din ang inyong ibigin; nadinig ni Kamagong ang mğa salitang itó na halos nagpupuyos ang kanyang dibdib; ñg uni't di binubuka ang kanyang bibig. Datapwa't si Bakokoy palibhasa'y isang taong binabatak nang sawing palad, halos nahihimlay ang dibdib sa habág sa kanyang Apô-Apông si Kadiliman, lalô na nang mawika ni Kadilimang tatampuhan ñg bayan ang taong hindi makinig sa akin at tuturang makafrayle.

Nang mapakingan ni Kamagong ang huling binigkas sa bibig ni Kadiliman, umalimpuyó ang galit sa dibdib at sinabing: ¿Ang bayan kaya'y na sa sa lawak pa ñg Kadiliman? mulî na namang nañg usap si Kadiliman natin ñg : ¿Ano po ba ang palagay mo sa pilipino, hindi na bagá kayâ maging mabuting pilipino kundi patuñg o sa landás ñg Kadiliman? siyang pagdating nila Giday Lasenga at sina Posotsoy, masasayang nagbigay galang kay Kadiliman; si Giday dahil sa may kalasiñgang dumating, siyang sumigaw ñg : ¡mabuhay! ang tugon nang lahat at napabañg on si Kadiliman ñg madinig ang papuri't sinabayan ñg wikang Lolay, ilabas mo ang parol.—Oo, ang sigaw naman ni Lolay at maghahain na tuloy ako, inilabás ang parol, nag-inuman, ñg nañg agmamalainibay na silang lahat naghain na si Lolay, tinadtad na ang mainit na litsón, pinaghiwahiwa na ang inihaw na pabo at nagsidulog ang mğa panauhín, lumagay na si Kadiliman sa kanyang lugal na pinakapangulo, saka nagsalita: ¿Anong kahulugan nitong ating piging? si Tengteng Kamagong hindi kumikibô, datapwa't sa kanyang sarili ang nawika: ¿Mayroon bang dapat na makaalam ñg lahat nang bagay na nangyayari kundi ikaw? umulit na namang tumanong si Kadiliman: ¿Bakit walang makasagot sa inyo? yayamang hindi ninyo masagot, sasabihin ko na: kaya ako pinañg añg anlang Apô-Apô, dahil sa kabutihan ko, sapagka't ipinagsasálo ko kayo sa aking dulang; pagka sabi nito, tumalikod si Kadiliman at sa sarili'y sinabing. (kayâ ko lamang kayo ipinagsasalo, dahil sa nais kong ako'y inyong ibotos sa anomang katungkulan) muli na namang hinarap ang m̃ga kaawá awa, siya simulan na natin ang pagkakainan. Tinawag ang kanyang anak na si Arkelaw at binulun̄ an, na ganitó ang ibinulong: Arkelaw na anak ko: ang m̃ga kasalo nating iyan, marami ang bin̄ i, bulag at pipe, ang m̃ga iba niyan ay m̃ga hindi ganoon, huag mong lubhang pakikisamahan pagka't hindi mo mau-ulol, sa makatuwid wala kang mapapakinabang, ang m̃ga paraang ito'y dapat mong mahahin sa akin at sa iyong nunong namatay na si Pirong Botete, kung ibíg mo din lamang guminhawa sa ibabaw n̄ mundo, hwag kang makisama sa kasingtaas mo, n̄ iyong mapagharian. Akong si Kadilimang iyong ama talastas mong na sa karamdaman, hindi natin mahulaan sa n̄ ayon kung kailan mapapatid ang tan̄an kong hinin̄ a; n̄ mamasdan ni Tengteng Kamagong ang bulun̄ang itó nang mag-ama kinalabit si Bakokoy at pabulóng na sinabing: Matagal ang bulun̄an n̄ mag-ama ni Kadiliman at Arkelaw.—Lantakán mo n̄ lantakán ang litsón hindi kung anong pinagmamasdan mo, ang sagot ni Bakokoy; siyang pagdatal ni Tarorang Susô at humahan̄ os, pakingan ninyo anyá ang aking balita: Ang lahat ay napatan̄a sa kanya, pumigura si Tarorang Susô at saka nagsalitâ: Ako anya'y galing sa Sampalok, doon ay nabalitaan kong hindi naaprobahan ang kalahat lahatang hiling n̄ *Bill* Adriático na ang bawa't pook ó *distrito* ay magkakaroon n̄ isang *Concejal*, hindi ganito ang kinahinatnan kundi dalawa lamang sa boong Kamaynilaan isa sa Katimugan at isa naman sa Kahilagaan (isa sa N. at isa sa S.) n̄ madinig ni Kadiliman ang balitang itó ni Tarora, naghimatay si Kadiliman at nabwal sa kinauupang luklukan, siyang pagkakaguló n̄ gibikan n̄ lahat sa ating Kadiliman, ang iba'y humihin̄ i n̄ tubig ang iba'y Eter, ang kalahatan naman ay ilaw nang tayo anya'y magliwanag dahil sa laganap sa boong bahay ang Kadiliman, ipinasok sa silid si Kadiliman, si Bakokoy at Kamagong hindi tumitinag sa kinauupan, kaya't sila lamang ang naiwan, at nasok sa silid ang lahat.—Hinampás ni Kamagong sa n̄ usô si Bakokoy n̄ hità nğ manók niyang pinapanğ al at saka tinanong nğ ganitó: Hulaan mo Bakokoy kung bakit nabaligtad si Kadiliman sa pagkaupô?—Ang palagay ko'y lasing kung kaya nahilo, ito ang naging tugon ni Bakokoy.—Musmós ka nğa palang tawo ang paagad na pakli ni Kamagong—Nagalit si Bakokoy at sumigaw nğ boong lakás; pag ako'y ganitong may kalasinğan hwag mong aalipustain si Kadiliman at babasagin ko sa ulo mo itong bote.— Hwag mo bang initan ang ulo mo, sapagka't ang malamig kailanman ay siyang magaling ¿di mo ba tanto na ang pamatay sa apoy ay tubig? Kaya't duminğ ig ka: Haya't nahilo si Kadiliman sa dahilang kaya siya naggugol nğ pagpapakain upang siyang ihalal natin kung napagtibay ang *Bill Adriático*, nğ ayo't hindi, kaya't sumubó ang dugô; kaya magmula nğ ayon itong aral ko'y siya mong sundin nğ di ka mabalahô, sa panahong itó hwag kang lubhang magtitiwala sa masasayang mukha, dahil sa ang kadalasan nito'y mag-ani nğ mapait na luhâ, hwag kang padadakip sa gaya ni Kadiliman na sa kasabikan sa tungkol, lahat nğ buti ang ipinakikita, nğ uni't pakitang tawo lamang, diyan ay marami pang nalisaw na . . . Kahit ang laman nğ Lanğ it ay ipanğ anğ ako masunod lamang nila ang nais, ¿ayaw ka pa ba sa mğa nğ iting ginamit kahapon, sa mğa yakap na ginawa kamakalawa, sa mğa panğ akong napako kanina, sa mğa tamis nğ dilang ipinalasap kani-kaniná at sa masasarap na bukang bibig na ginawang sagisag kahapon? ¿Anong ibinunğ a?—Aywan ang sagot ni Bakokoy.—Ang ibinunğ a: ¿alam mo? ang sabi ni Kamagong: pawang hapis, pawang dalamhati at lubang walang lagot. Kahapon ako nakadinig sa bibig nğ gaya ni Kadiliman na . . . bibihisan ang aking iná, tuturuan ang aking kapatid, hangang sa kukunin ang independencia, kapag siyang malalagay sa tungkol; ang lahat nğ ito'y naging bunğ anğ â lamang. Kaya ang kahuli-hulihang ipagbibilin ko sa iyo'y ito: «ang tunay na pag-ibig hindi bumubukal sa bibig, kundi sa pusô; ang lahat nğ mabuting nasa hindi nakukuha nğ bunğ anğ a, kundi sa gawa.»—¿Bakit ipinanğ anğ ako ni Kadiliman, na makukuha ang independencia, pag siya ang nagkaroon nğ tungkol?—Ulol, ang pasalág na sabi ni Kamagong, ang dapat mo anyang asahan, iyong inasahan nğ ating mananakop na Rizal, nang siya'y na sa Madrid na sinabi sa kanya nğ mg̃a *republicano* doon ng̃ taong 1882[1] *Ang Kalayaan ó pagsasarili, na hihing̃ i ng̃ tala at hindi ng̃ pamamalingkahod.* Kaya kailan man makadidinig ka ng̃ salitang hihing̃ in ng̃ bibig ang *independencia* umung̃ ol ka, saka ikaw ay sumagot ng̃ baka ng̃a sakali. Sapagka't si Moisés nang bigyan ng̃ Diyos ng̃ Kasarinlan upang siyang magtanghal ng̃ sampung utos ng̃ Diyos ay nakaupo sa likod ng̃ kalabaw, baka sakaling ganito din ang mangyari kay Kadiliman, siya tayo na, umalis ang dalawa sa bahay ni Kadiliman nang walang paalam.

---

1 Revista internacional en Barcelona.

XII.

Nang naglulubha si Kadiliman.

Si Kadiliman ay nakahiga sa isang gulanit na banig, at halos walang makain, taglay nğ pagdadálitang kanyang sinasayod, mula nğ makaraan ang may dalawang buan nğ paghahalalan, na sanhi sa pag-gugugol nitó sa kanyang kandidatura ay naipagbiling lahat ang kanyang ari-arian at hindi siya ang lumabás, kaya't siyang naging mula nğ sakit niyang pagka hibang at pinaglalaruang palagi siya nğ mğa demonyo at kalulwa ayon sa kanyang panaginip, pagka't nililibon-libon sa lagnat, si Lolay na kanyang asawa ay nakapanğ alumbaba sa palababahan nğ bintana at binabantayan ang kahapis-hapis na may sakít.

Nang nag-aagaw gising sa pagtulog si Kadiliman ay nanaginip na siya'y linapitan nğ Kaluluwa nğ isang Frayleng may taglay na lubid na kabo-negro, at nagsalita nğ : ¡Kadiliman! ¡Kadiliman! magsisi ka na nğ iyong mğa kasalanan, ako ang biyenan mong iyong ipinanğ anğ alandakan nğ sama, kaya't ang mamanahin mo na lamang ay ang aking solar at bahay, huwag na ang aking kasamaan; tinatalian sa paa si Kadiliman nğ kabo-negro, samantalang sinasabi ang salitang ito; sumagot si Kadiliman nğ binabatak ang hininğ a, nagsisisi na po ako *Papá,* lumayo ka na lamang sa akin at siyang paglapit nğ mğa kalulwa ni Rizal, Burgos at Zamora, taglay ang tig-isang ilaw, lumapit sa kanang dako nğ kinahihiligan ni Kadiliman, ayon sa kanyang panaginip at nanğ agsabing: ¿Hindi ba iniwan namin sa Pilipinas ang iba't ibang tanglaw upang pagliwanagan ang napadadalá pa sa ulap nğ kasamaan? ¿Bakit ipinaghahanap buhay mong palagi ang aming nğ alan? magsisi ka at malapit nğ pumanaw ang buhay mo Kadiliman; siyang pagdating nğ tatlong demonyong naglalakihan ang sunğ ay na may mğa taglay na sibát at inaasintá ang puso ni Kadiliman, saka nanğ agsalita nğ ... sapagka't masamang budhî ka sa iyong mğa kababayan at madalas mong ululin, ang puso mo ang aming sisibatín, inakmaan nğ sibát, hindi pa halos umaabót sa dibdib ni Kadiliman ang saksak ay napasigaw nğ : patawarin ninyo ako't di ko nalalaman ang aking ginawa; siyang pagkagising ni Kadiliman at huminğ î nğ tubig sa asawang nalulunos, kumuha kapagdaka si Lolay at pinainom ang kaawa-awang maysakit, nğ matapos makainom, tinanong ni Lolay nğ : ¿Anong nangyyari sa iyo't ga ikaw ay naghihinagpós?—¡Oh asawa ko! ang naitugon, kakila-kilabot na bunğang tulog ang sa aki'y dumalaw, panaginip na nagbigay gambala sa ating sinasaad nğ ayong pagdaralita.— Salitin mo sa akin, asawa ko, ang palambing na usisa ni Lolay.—Ayon sa aking panagimpan, ang pasimulang pagsasalita ni Kadiliman, ako'y dinalaw nğ mğa kalulwa nila Burgos, Zamora at Rizal at ako'y pinanğ aralan at ganitó ang panğ aral na sa akin ay sinabi: ¿Bakit mo tinatakpan ang matá nğ ating mğa kababayan, nğ ikaw lamang ay maluklok sa trono nğ panunungkol? ¿Hindi ba nanğ anğ alisag ang iyong mğa balahibo, na sa tatlong daang taong mahigit, na pinagharian nğ kadiliman ang ating bayan, na siyang dahil nğ pagkakalupasáy sa hirap nğ mğa bálo't ulila nğ dahil sa kanya'y pag-ibig, at nğ ayo'y siya mo pang uululin? ¡Ay asawa ko! ang pabuntong hini~ngang sabi ni Kadiliman, samantálang ito'y itinatanong sa akin nğ mğa kalulwa ay tinatalian ang aking mğa paa't kamay, at siyang pagdatal nğ mğa demonyo na buhat yata sa Infierno at ako'y kinakalawit at pinapandilat ang mğa matá nabinubukalán nğ mistulang apoy, at gayari ang sa akin na ipinagturing: ¡Kadiliman! ¡Kadiliman! sasama ka sa amin nğ ayon din, sapagka't ang kalulwa mo'y na sa amin nğ kaharian, dahil sa sala mong magsisisúnod: Una. ikaw ang nanğ akong kukunin mo ang independencia pag ikaw ang naging punô; ikalawa, madalas kang bumili nğ botos, ito'y nalalaban sa kautusan nğ Diyos at kautusan nğ tawo; ikatlo, ikaw ang nangagahis sa layâ nğ tawo, ikaapat at huli, ikaw ang nagnanais na kung ikaw ang naluluk-lok sa panungkol, daragdagan mo pa nğ lalong hirap ang iyong kababayan, kaya't ang kahariang ito'y hinatulan ka nğ kahit ang katawan mo'y buhay, dapat ang kalulwa mo'y kunin namin at dalhin sa bayang Infierno, kilanlin mo: LUCIPER HARI SA INFIERNO, matapos na sa aki'y masabi ang mğa kahatulang ito, kinalawit ako nğ dalawa at sasaksakin ni Luciper naman ang aking puso, dahil sa siya daw ay may kabulukan, ako'y napasigaw nğ . . . patawarin ninyo ako't hindi ko nalalaman ang aking ginawa, siya kong pagkagising; kaya asawa ko, yayamang wala na din lamang akong sukat ikaguinhawa dito sa lupa at doon man sa lanğ it, ako sa iyo'y nagpapaalam, niyakap ni Kadiliman si Lolay at sakâ sinungaban ang sundang na nasa kanyang lapit, at saka nagsalita: Ang kalulwa ko'y nasa infierno na, ang katawan ko'y nandito pa sa lupa; nğ uni't naubos na ang aking manğa kaibigan mulâ nğ ako'y maghirap, ¡mabuti! ¡¡¡magpatiwakal!!! umakmang sasaksakin ang kanyang dibdib, napasigaw si Lolay nğ : ¡Asáwa ko! at pinigilan ang kamay na may sungdang, hwag ka anyang gumawa nğ ganyan dahil sa walang ibang gumawa niyan kungdî si Judas lamang, na nagtakal kay Cristo sa halagang tatlong pung . . . salapi kaya't walâ kang mabuting gawin, yamang nakilala mo na ang hari sa infierno at ang gawa ni Judas, dapat layuan ang mğa bagay na iyong ninanasa, dahil sa ito'y hindi mabuti; at walang mainam gawin tayo kundi ang magtrabajo, magpapatak nğ pawis, umibig nğ tunay na pag-ibig sa bayan kinamulatan, yayamang ang binğing kaliwanagan na ibininhî nğ mğa mártir sa sarili, ay siyang mapanğ anğ atigang tanglaw na maliwanag, upang tumunğ o sa landas nğ ligaya. Mulâ sa nğ ayon, asawa ko, ito ang aking gagawin, ang pakli ni Kadiliman.—Kung gayon, ay tayo na ang sagót ni Lolay, paalam sa inyo bumabasang guiliw.

www.ingramcontent.com/pod-product-compliance
Lightning Source LLC
LaVergne TN
LVHW021637190825
818995LV00068B/246